மிஸ் தமிழ்த்தாயே நமஸ்காரம்!

மிஸ் தமிழ்த்தாயே நமஸ்காரம்!

சுஜாதா

கிழக்கு

மிஸ் தமிழ்த்தாயே நமஸ்காரம்!
Miss Thamizthayae Namaskaram!
by Sujatha
Sujatha Rangarajan ©

Kizhakku First Edition: November 2011
144 Pages
Printed in India.

ISBN: 978-81-8493-648-3
Title No. Kizhakku 620

Kizhakku Pathippagam
177/103, First Floor,
Ambal's Building, Lloyds Road,
Royapettah, Chennai 600 014.
Ph: +91-44-4200-9603

Email : support@nhm.in
Website : www.nhm.in

Cover Image : Shutterstock

Kizhakku Pathippagam is an imprint of New Horizon Media Private Limited

This book is sold subject to the condition that it shall not, by way of trade or otherwise, be lent, resold, hired out, or otherwise circulated without the publisher's prior written consent in any form of binding or cover other than that in which it is published and without a similar condition including this the rights under copyright reserved above, no part of this publication may be reproduced, stored in or introduced into a retrieval system, or transmitted in any form or by any means (electronic, mechanical, photocopying, recording or otherwise), without the prior written permission of both the copyright owner and the above-mentioned publisher of this book.

என் கேரக்டர்ஸ் இன்டலிஜென்டா இருக்காங்கன்னா ஓரளவுக்கு நான் இன்டலிஜென்ட்... என்ன இருந்தாலும் என்னுடைய எழுத்திலே என்னுடைய 'ஒரு பார்ட்' இருக்கத்தானே செய்யும். நீங்களே ஒரு கதாபாத்திரத்திலே நடிக்கறப்போ, உங்களுடைய ஏதோ ஒரு 'சுய அம்சம்' அதிலே கொஞ்சம் இருக்கத்தானே இருக்கும். அதேமாதிரி என்னுடைய எழுத்திலே நான் இருக்கத்தான் இருப்பேன். நான் எழுதறதே ஒரு ஆத்ம திருப்திக்காகத்தான்.

தமிழ்த்தாயே

1.	கண்ணோட்டம் கட்டுரைகள்	/	09
2.	மிஸ். தமிழ்த்தாயே நமஸ்காரம்!	/	27
3.	காத்திருத்தல்கள்	/	36
4.	கண்டேன் காயத்ரியை	/	42
5.	சினிமாவும் கம்ப்யூட்டரும்	/	46
6.	சுஜாதாவுடன் ஒரு டிஸ்கஷன்	/	53
7.	1974ஆம் ஆண்டின் சிறந்த கதைகளைப் பற்றி	/	75
8.	என் முதல் கதை	/	94
9.	கதை பிறந்த கதை	/	98
10.	உண்மை அனுபவம்	/	102
11.	சைக்கிள்	/	121
12.	ஹொகேனக்கல்	/	125
13.	தமிழ்நாடு 2000 மைல்	/	127
14.	உடல் கவிதை	/	142

1. கண்ணோட்டம் கட்டுரைகள்

நான் விரும்பிய மிகச் சிறிய கதை

பாரிஸ் நகரத்தில் மிக அழகான பெண் ஒருத்தி இருந்தாள். அவளைத்தான் உலகிலேயே மிக விலை உயர்ந்த தாசி என்று சொன்னார்கள். அவளை அடைய, அவளுடன் (சந்தேகமில்லாமல் இன்பமாக) ஒரு மாலை கழிப்பதற்கு மிகுந்த பணம் தேவையாக இருந்தது.

நகரத்தில் அருகிலே ஒரு பெரிய மிலிட்டரி காம்ப் இருந்தது. அதில் இருந்த எல்லா ஆண்களின் கனவு அந்தப் பெண்ணுடன் ஒரு தினம்.

அவர்களில் ஒருவன் ஒரு நாள் மாலை மற்றவர் எல்லோரையும் திரளாகக் கூப்பிட்டு இவ்வாறு சொன்னான். "நண்பர்களே! நாம் எல்லோரும், குணத்திலும் உருவத்திலும் மனப்பான்மையிலும் வேறுபட்டவர்களாக இருந்தாலும் நம்மிடம் ஓர் ஆசை மட்டும் பொதுவாக இருக்கிறது. அது மிஸ் — உடன் ஓர் இரவாவது இன்பமாகக் கழிப்பது. அதற்கேற்ற செல்வம் நம் ஒருவரிடமும் இல்லை. ஆனால், இவ்வளவு பேர் இருக்கிறோம். நாம் எல்லோரும் ஆளுக்கு ஒரு ஃபிராங்க் போட்டு ஒரு நிதி திரட்டுவோம். போட்டவர்கள் பெயரை எல்லாம் சீட்டுக்களில் எழுதிக் குலுக்கி ஒரு சீட்டு தேர்ந்தெடுப்போம். எவன் பெயர் வருகிறதோ அவன் மற்றவர்களின் பிரதிநிதியாக, திரண்ட பணத்தை எடுத்துக் கொண்டு அவளிடம் சென்று வரட்டும். வந்து தன் அனுபவத்தை மற்றவர்களிடம் சொல்லட்டும்.'

இதற்கு அவர்கள் எல்லோரும் ஒப்புக்கொள்ள, மிகப் பெரிய வசூல் நிதி சேர்ந்தது. எல்லோர் பெயரும் சீட்டுக்களில் எழுதப்பட்டு ஒரு பெரிய டிரம்மில் குலுக்கப்பட்டு, ஒரு பெயர் தேர்ந்தெடுக்கப்பட்டது.

அதிர்ஷ்டம் அடித்தது ஒரு சாதாரண சோல்ஜருக்கு. அவன் அளவிலா ஆனந்தம் அடைந்து சுத்தமாகத் தலை வாரிக் கொண்டு ஷூஸ் பாலிஷ் போட்டுக் கொண்டு, தன் மிகச் சிறந்த ஷர்ட் அணிந்து கொண்டு, சேகரித்த பணத்தை எடுத்துக் கொண்டு, மற்றவர்களின் பொறாமைப் பெருமூச்சுக்கள் தொடர அந்தப் பெண்ணை நோக்கிச் சென்றான்.

அந்த மிக அழகான பெண்ணுடன் அவன், அந்த மாலை நிஜமான கனவில் மிதந்தான். அவள் சினேகிதமும், அவள் மென்மையும், அவள் வடிவமும், அவள் உடம்பின் சில்க்கும், அவள் வாசனையும், அவள் இன்பமான பேச்சும், பேச்சுக்குப் பின் மூச்சும்...

கடைசியில் அவளிடமிருந்து விடை பெறுகையில் அந்தப் பெண் அவனை 'நீ யார்?' என்று கேட்டாள்.

'ஏன் கேட்கிறாய்?' என்றாள்.

'என்னைப் பிரபுக்களும் அரச குமாரர்களும்தான் பார்க்க வருவார்கள். உன்னைப் பார்த்தால் அப்படித் தெரியவில்லை' என்றாள்.

அவன் 'நான் ஒரு சாதாரண ஸோல்ஜர்' என்றான்.

'அப்படியா! உனக்கு இவ்வளவு பணம் எப்படிக் கிடைத்தது? எங்கேயாவது...'

'இல்லை இல்லை' என்று அந்த இளைஞன் தன் காம்ப்பில் நடந்ததை முழுவதும் சொல்லி விட்டான்.

அதைக் கேட்ட அவள் ஆச்சரியப்பட்டாள். 'என்னை நினைத்து பல்லாயிரக்கணக்கானவர்கள் உருகுகிறார்களா! என்னிடம் இவ்வளவு பேர் ஆசை வைத்திருக்கிறார்களா? உன் கதை என் நெஞ்சைத் தொடுகிறது. அதற்காக நான் உனக்கு ஒரு பரிசு அளிக்கப் போகிறேன். மறக்க முடியாத பரிசு. உலகத்திலேயே மிக விலை உயர்ந்த பெண்ணுடன் நீ ஓர் இரவை முழுக்க முழுக்க

இலவசமாகவே கழித்தாய் என்று இருக்கட்டும். எனக்கு உன் பணம் வேண்டாம்.'

இவ்வாறு சொல்லி அந்தப் பெண் அவனிடம் அவனுடைய ஒரு ஃப்ராங்கைத் திருப்பித் தந்து விட்டாள்!

கண்ணோட்டம்

ஆல்ஃப்ரட் ஹிட்ச்காக் விரும்பிய குட்டிக் கதை ஒன்றை என் முறையில் சொல்கிறேன்.

இருள்.

பரிச்சயமில்லாத நகரத்தில் அனுபவங்களைத் தேடி அவன் வினோதமான தெருக்களின் ஊடே நடந்து சென்று கொண்டிருந்தான். ஏதோ ஒரு சந்து முனையில் மெலிதான சுகமான மணம் வீசியது. அதை நோக்கிச் சென்றான். மங்கலான வெளிச்சத்தில் ஒரு பெண் தெரிந்தாள். அவளுடைய மென்மையான உடை, அவள் உடலின் வளைவுகளுடன் மெல்லிய காற்றில் ஒட்டிக் கொண்டிருந்தது. அந்த அமைப்பு அவனுள் கிறக்கத்தை ஏற்படுத்தியது. அவள் அருகில் சென்றான். 'எங்கே போகிறாய்?' என்றாள். 'தெரியாது' என்றான். 'என்னுடன் வா' என்றாள். 'எங்கே?' என்றான். 'வந்தால் தெரியும்.'

இப்பொழுது அவன் அவளுடன் நடந்தான். அவன் கையை நாடிக் கோத்துக் கொண்டாள். அவன் உடலுடன் ஒட்டிக் கொண்டாள். 'நீ யார்?' என்றான். 'கேள்விகள் கேட்காதே. எதிர்பாராது நிகழும் அனுபவங்களில் எப்போதுமே சுவை அதிகம். பேசாமல் என்னுடன் வருவாயா?'

பேசாமல் சென்றான். இருள் படிந்த வாசல் தாண்டி முனகும் மரப்படிகள் ஏறி அழைத்துச் சென்றாள். ஓர் அறைக் கதவைத் திறந்தாள்.

'க்ளிக்!' அறையின் மத்தியில் நிர்வாணமாகத் தொங்கிக் கொண்டிருந்த பல்ப் எரிந்தது. எதிரே ஒரு கட்டில் இருந்தது. அதில் சுத்தமான படுக்கை விரித்திருந்தது. அவள் படுக்கைக்குச் சென்று உட்கார்ந்தாள். சோம்பல் முறித்துக் கொண்டாள். அவன் வாசலிலேயே நின்றான். அவளை நன்றாகப் பார்க்க முடிந்தது. உடையின் மென்மையின் ஊடே சரியாகச் சுருதி கூட்டப்பட்ட

கித்தார் வாத்தியம்போல் இருந்தாள். 'உள்ளே வா' என்றாள். அவன் அருகே அவள் செல்லச் செல்ல மல்லாந்திருந்த அவளின் மார்பு அமைதியான கடலின் மேல்பரப்புபோல மூச்சுக்கேற்ப அலைந்தது. அவள் உடை கலைந்தது. கட்டிலின் விளிம்பில் உட்கார்ந்தான். அவன் கழுத்தைச் சுற்றிக் கொண்டு அவனைத் தன்மேல் பதித்துக் கொண்டாள். மறுபடி அந்த மணம்...

அவள் மெல்லிய விரல்கள் அவன் கழுத்தில் விளையாடின. அவன் சட்டையின் பட்டன்களை ஒவ்வொன்றாகக் கழற்றின.

'விளக்கு எரிகிறது. அணைத்து விடுகிறேன்' என்று எழுந்திருக்க முற்பட்டான்.

அவனை அணைத்துக் கொண்டு தடுத்தாள். 'போகாதே! நான் அணைக்கிறேன் விளக்கை' என்றாள். படுத்திருந்த வாகிலேயே அவளுடைய இடது கை ஒயிலாக...

அறையின் குறுக்கே எதிர்ச் சுவர் வரை நீ...ண்...டு விளக்கின் ஸ்விட்சை அணைத்தது! இருள்!

சஃஃபி

சயன்ஸ் ஃபிக்ஷன் என்கிற பாகுபாட்டின் கீழ் விஞ்ஞானக் கற்பனைகளை வைத்துக் கொண்டு மிகத் தேர்ந்த கதைகள் ஆங்கிலத்தில் வருகின்றன.

இது ஓர் எழுத்தாளர் பற்றிய கதை. எழுத்தாளர் கதை என்றால் உடனே மடக்கி விடுகிறவர்கள் அநேகம். மடக்காதீர்கள். இது வேறு தினுசு. இது சயன்ஸ் ஃபிக்ஷன்.

இந்த எழுத்தாளர் - ஆத்மா என்று பெயர் வைக்கலாமா? இவர் முனைந்து ஒரு கதை எழுதுகிறார். எழுதி முடித்து விட்டு, கடைசியில் எக்ஸ்-கோடு-எக்ஸ் போட்டதும் திருப்திகரமான புன்னகை ஒன்று அவர் உதட்டில் தெரிகிறது. உடனே காகிதங்களைச் சேர்த்து ஓரத்தில் பின் குத்தி உறையில் இட்டு முகவரியிட்டு அவசர அவசரமாகச் சென்று தபால் பெட்டியில் சேர்க்கிறார்.

தபால் பெட்டியில் சேர்த்த கதை என்ன ஆகிறது சற்று நேரத்தில்? தபால் சேகரிப்பவன் வருகிறான். அந்தப் பிரத்தியேக உறையை

அடையாளம் கண்டு கொண்டதும் அவன் உள்ளம் துள்ளுகிறது. அட! ஆத்மாவின் கதை... பிரித்துப் படிக்க ஆவல் இருந்தாலும் வேண்டாம்! அடுத்த வார இதழில் நிச்சயம் வரும். காத்திருக்கலாம் என்று உற்சாகமாக அதை எடுத்துச் செல்கிறான்.

தபால் ஆபீஸில் முத்திரை குத்துபவன்கூட அந்த உறையின் அனுப்புபவர் முகவரியை அடையாளம் கண்டுகொண்டு, 'அட! ஆத்மா எழுதியிருக்கிறார். உடன் பட்டுவாடா செய்யலாம். அடுத்த வாரம் நிச்சயம் படிக்க வேண்டும்!'

பத்திரிகை அலுவலகத்தில் பையன் அந்த எழுத்தை அடையாளம் கண்டுகொண்டு அதை முதலில் எடுத்து ஆசிரியரிடம் ஓடிக் கொண்டு போய்க் கொடுக்கிறான். ஆசிரியர், 'அட! ஆத்மாவின் கதையா? உடனே உள்ளே அனுப்பி ப்ரூஃப் வாங்கிக் கொண்டு வா!' என்கிறார். ப்ரூஃப் பார்க்கிறவர் மிகவும் சுவைத்து ரசித்துப் பார்க்கிறார். பத்திரிகையில் அந்தக் கதை வெளிவருகிறது. அதன் முதல் வாசகன் ஆவலுடன் கடையில் காத்திருந்து வாங்கி அவசர அவசரமாகப் பிரித்து ஆத்மாவின் கதையைப் பார்த்ததும், உள்ளம் துள்ள உடனே அங்கேயே படிக்கத் துவங்குகிறான்.

படித்து முடித்ததும் அவன் விக்கி விக்கி உடைந்து அழுகிறான்.

ஏன் அழுகிறான் என்பதை நான் சொல்லும் போது இந்தக் கதை ஒரு சாதாரணக் கதையாயிருந்து தேர்ந்த சயன்ஸ் ஃபிக்ஷனாக எப்படி மாறுகிறது பாருங்கள்.

அவன் அழுவதற்குக் காரணம் நடந்தது எல்லாம் பாவனை. அவனே எழுத்தாளன். அவனே தபால் பையன். அவனே பட்டு வாடா. அவனே பியூன். அவனே ஆசிரியர். ப்ரூஃப் பார்ப்பவர். வாசகன் யாவும். ஏன் அவன் ஒருத்தன்தான் பாக்கி இருக்கிறான் உலகத்தில். மூன்றாவது அணு ஆயுத உலக மகா யுத்தத்திற்குப் பிறகு தப்பிப் பிழைத்த ஒரே ஒரு குடிமகன்!

யார் அந்த அவர்கள்?

இந்தத் தினத்தில் சென்னை போன்ற பெரிய நகரங்களில் நாம் எந்தவித வாழ்வு வாழ்கிறோம்?

லினோ டைப்பில் அரை உண்மைகளைச் சொல்லும் செய்தித் தாள்களை நம்புகிறோம். 'ஒலித்த குரல்கள் டி.எம். சௌந்தரராஜன்,

சுசீலா. ஒலிக்கப் போகும் குரல்கள் டி.எம். சௌந்...' ரேடியோவில் சர்க்கரை கலந்த பாடல்களை நகரமெங்கும் இறைக்கிறோம். உள்ளூர்த் தலைவர்களைக் காந்திக்கும் ஏசுவுக்கும் ஒப்பிடுகிறோம். அவர்களை ஜோடனை செய்து விழாக்கள் நடத்தி ஆறு மாதங்களில் அவர்களை பால் பாயிண்ட் பேனா மாதிரித் தூர எறிந்து விடுகிறோம். சுவரொட்டிகளில் நகரமே இரு பரிமாண வாழ்க்கை வாழ்கிறது. தினம் தினம் சட்டை உரிக்கிறது.

மகத்தான பெரிய ஆங்கில ஏரியின் நடுவில் முதுகைக் காட்டிக் கொண்டிருக்கும் பெண்ணுக்காக மூன்று மணி நேரம் க்யூவில் நிற்கிறோம். சாலைகளின் ஞாபக மறதியுடன் நடந்தவர்களை ரத்தச் சகதியில் தோய்த்து விட்டுத் துணி போட்டு மூடி, சாக்பீஸ் கோடுகள் போட்டு டேப் அளவுகள் எடுக்கிறோம். வாழைப் பழங்கள் தொங்கும் பத்திரிகை அடைத்த கடைகளில் 'இரவில் பசும்பால்' குடித்து எதிர்காலத்தில் சதைப் பற்றுக்கு ஏங்குகிறோம். கடலின் ஆனந்தமான அழகை மறந்துவிட்டு மண்ணில் உட்கார்ந்து ரேடியோவுடன் பாடுகிறோம். அசுத்தம் பண்ணி விட்டு மூடுகிறோம்.

சங்கீதம், இலக்கியம், சீயக்காய்த் தூள், ஊறுகாய் - எல்லாமே நமக்கு 'காப்ஸ்யூல்' வடிவத்தில் தேவையாக இருக்கிறது. இன்ஸ்டால்மெண்ட் சுகங்கள், பாத்திரச் சீட்டுக்கள், கல்யாண மண்டபங்கள், கோடேஸ் பிராந்தி விஸ்கி வகைகள், நவீன டான்ஸ், திருக்குறள் எல்லாம் நம் 'ஸப் கல்ச்சரின்' அங்கங்கள்.

என் நண்பன் ஜி தினம் காலை பச்சையாக க்ஷவரம் செய்து கொண்டு, குளித்துவிட்டு மனைவியைப் பார்த்துச் சிரித்துவிட்டு மின்சார ரயில் நிலையத்திற்கு நடந்து அதே 9-18ஐப் பிடித்து அதே மூன்றாவது பெட்டியில் அதே வாசல் ஓரத்தில் அதே கம்பியைப் பிடித்துக் கொண்டு வண்டி பிதுங்க, சம்பாத்தியத்தை நோக்கி ஓடும் நூற்றுக்கணக்கான முகங்களில் ஒரு மனித மெஷினாகத் தினம் தினம் ஆபீஸுக்குச் செல்கிறான். ஆபீஸில் அவன் வருஷக் கணக்காகத் தேய்ப்பது அதே நாற்காலி. அவன் செய்வது அதே வேலை. அவன் திரும்புவது அதே 9-18.

'பதினைந்து வருஷமாக இப்படியே கம்பியைப் பிடித்துக் கொண்டு வண்டிக்கு வெளியே தொங்கிக் கொண்டு ஆபீஸ் சென்று கொண்டிருக்கிறேன். ஒரு நாள் - ஜஸ்ட் ஃபார் சேஞ்ச் - கையை விட்டுவிட்டால் என்ன என்று தோன்றுகிறது' என்கிறான்.

அவன் அப்படிச் செய்வதும் செய்யாததும் அவன் மனத்தின் கோழைத்தனத்தைப் பொறுத்தது. அப்படி அவன் கையை விட்டுவிட்டால் என்ன ஆகும்? வண்டி நிற்கும். ரயில்வே போலீசார் யாராவது வருவார்கள். பத்துப்பேர் சீச்சீ என்பார்கள். வீட்டுக்குச் செய்தி. அதே ஆட்டாப்ஸி. அதே தந்திகள். அதே உறவினர். அதே கண்ணீர்.

டில்லியில் ஸ்கூட்டரில் திரும்பி வந்து கொண்டிருந்தபோது சாலையின் நட்ட நடுவே வயதான ஒருவர் கிடந்தார். நான் நிறுத்திப் பார்த்ததில் அவர் மிகவும் இறந்திருந்தார். போகிற வருகிற கார்கள் எல்லாம் சற்று தயங்கி அந்த உடலை மரியாதை தவிர்த்து வளைத்துச் சென்று மறுபடி வேகம் பிடித்து மறை கின்றன. ஒருவரும் நிற்கவில்லை. நிற்பதில்லை. எதிர் வீட்டின் டெலிபோன் பீங்கான்களைப் பார்த்து அங்கே செய்தி சொன்ன தற்கு, 'நீ ஏன் கவலைப்படுகிறாய்? அவர்கள் பார்த்துக் கொள் வார்கள்' என்று உபதேசம் கிடைத்தது.

யார் அந்த அவர்கள்...?

சிஷ்யன்

மீனம்பாக்கம் விமான நிலையத்தில் விமானப் போக்குவரத்தைச் சீர்படுத்தும் அதிகாரியாக முதன் முதல் சேர்ந்தேன்.

கட்டிடத்தின் உச்சியில் கண்ணாடித் தடுப்புடன் 'டவர்' என்று ஓர் இடம் இருக்கும். அதில் உட்கார்ந்து கொண்டு ரேடியோ டெலிபோன் மூலம் பேசி விமானங்களை ஒழுங்காகச் செலுத்த உதவும் வேலை அது. முதல் மாதங்களில் ஒரு சீனியர் ஆபீசருடன் சிஷ்யனாக இருக்க வேண்டும். அப்புறம்தான் தனியா உட்கார வைப்பார்கள்.

எனக்கு வாய்த்த சீனியர் சற்று அதிக ஜாக்கிரதை ஆசாமி. கல்கத்தாவில் விமானம் கிளம்பியவுடனே இங்கே சிவப்புக் கொடியை ஏற்றி விடுவார். பெரிய விமானங்கள் வரும்போது ஃப்ளயிங் கிளப் பயிற்சி விமானங்கள் அணுகாமல் இருப்பதற்கு அது எச்சரிக்கை.

அதிகாலை. நாக்பூரிலிருந்து ஒரு பயண விமானம் வருகிறது. அதற்கு ரேடியோ மூலம் இறங்க அனுமதி கொடுத்தாகி விட்டது. கொடியையும் ஏற்றியாகி விட்டது. உபரி எச்சரிக்கையாக

நிலையத்தின் பீக்கன் விளக்கையும் சுற்ற விட்டிருந்தார். அனுமதி பெற்று பயணி விமானம் ரன் வேயில் இறங்கிக் கொண்டிருந்தது.

அப்போதுதான் எதிர்த் திசையில் சந்தோஷமாக ஒரு பயிற்சி விமானமும் இறங்கிக் கொண்டிருப்பதைக் கவனித்தேன். அவன் கொடியையோ, சுற்றும் விளக்கையோ கவனித்ததாகத் தெரிய வில்லை. நான் உடனே சீனியரிடம் சொல்ல, அவர் பதறிப் போய் 'சுடு!' என்றார். ஆபத்துக் காலத்துக்காக 'வெரி பிஸ்டல்' என்று ஒரு துப்பாக்கி இருக்கிறது. அதை எடுத்துக் கொண்டு பால்கனிக்கு வந்து கௌபாய் போல் விமானத்தில் சுட்டேன். அது மிகப் பிரகாசமான சிவப்பில் வானில் வாண வேடிக்கை காட்டியதையும் அவன் கவனித்ததாகத் தெரியவில்லை. அந்தக் (கற்றுக்) குட்டி விமானம் இறங்குவதை நிறுத்தவில்லை.

உடனே பெரிய விமானத்திற்கு ரேடியோ மூலம் 'எதிரே ஒரு கற்றுக் குட்டி அபாயகரமாக இறங்குகிறான். நீ ஒதுங்கிக் கொள்' என்று சொல்லிவிட வேண்டியதாகி விட்டது.

பெரிய பைலட்டுக்கு மகா கோபம். சரேல் என்று திரும்பி தாழ்வாகப் பறந்து தன் கோபத்தைக் காட்டி விட்டுப் பாதையை விட்டு விலகினார்.

குட்டி விமானம் எதுவுமே நிகழவில்லை போல் நிதானமாக இறங்கி, தத்தித் தத்தி நின்று விட்டு சற்று யோசித்து விட்டு, திரும்பிக் கிளப்பை நோக்கி உற்சாகமாகச் சென்றது. அது விலகிய பின்தான் பயணி விமானம் இறங்க முடிந்தது.

ஸீனியர் கோபத்தில் ஜிவ்வென்று ஒளிர்ந்தார். 'கூப்பூடு அந்தப் பயலை' என்றார். கிளப்பிற்கு போன் செய்து தவறு செய்த அந்தப் பயிற்சி பைலட்டை உடனே டவருக்கு அனுப்பும்படி உத்தர விட்டேன்.

சற்று நேரத்தில் அவன் வந்தான். சீனியர் வெடித்தார். 'உனக்கு அறிவு இருக்கிறதா! நீ சாவது மட்டும் இல்லாமல் எதிர் விமானத் தில் இருபத்தி எட்டு பேர்களையும் சாகடிக்க இருந்தாயே? உனக்கு எந்த மடையன் சொல்லிக் கொடுத்தான்? கொடி ஏறி இருப்பதைப் பார்க்கவில்லை நீ? தீபாவளி வெடி மாதிரி சுட்டோமே பார்க்கவில்லை நீ?' என்று மூச்சு விடாமல் திட்டி னார். என்னை அடிக்கடி ஓரக் கண்ணால் பார்த்துக் கொண்டார் (எப்படிக் காய்ச்சுகிறேன் பார். கற்றுக் கொள்).

அவன் சொன்னான்: 'ஸார்! என்னிடம் இதை எல்லாம் சொல்கிறீர்கள்? நான் இங்குள்ள ஏர் கண்டிஷனரை ரிப்பேர் செய்ய வந்தவன்.'

அவுட்

மூன்று தினங்களாக டெஸ்ட் மாட்சில் உட்கார்ந்திருந்தேன். கிரிக்கெட்டை வெள்ளைக்காரர்கள் நம் ரத்தத்தில் ஊற வைத்திருக்கிறார்கள். 'டெஸ்ட்' கிரிக்கெட்டுக்கு பந்தாக்களும் சம்பிரதாயங்களும், ஸில்லி மிட் ஆன் பாயிண்ட், கவர் பாயிண்ட் என்றெல்லாம் இருப்பதுபோல் நான் சிறிய வயதில் ஆடிய வீதி கிரிக்கெட்டுக்கும் பிரத்தியேகமான விதி நுட்பங்கள் இருந்தன. தெருவுக்குத் தெரு ஒரு டீம் இருக்கும்.

மாட்சுக்குக் கூப்பிடும் முறைக்கே எழுதப்படாத விதிகள் இருந்தன. எங்கள் டீம் பையன்கள் இரண்டு பேரை முதலில் தூது அனுப்புவோம். அவர்கள் தோள் மேல் கை போட்டு அணைத்துக் கொண்டு எதிரி முகாமில் மேலும் கீழும் உலாத்துவார்கள். அதைத் திண்ணை நிழலில் இருந்து கவனிக்கும் எதிரிகள், காப்டனிடம் போய் முறையிடுவார்கள். காப்டன் வந்து, 'என்னப்பா, மாட்சுக்கு வரீங்களா?' என்று கேட்பான். 'இஸ்திக் கிறீங்களா?' என்று ஒரு பிரயோகமும் உண்டு. உடனே எந்தத் தெருவில் விளையாடுவது? யார் பந்து கொண்டு வருவது? யார் பாட் கொண்டு வருவது? யார் ஸ்டம்புகள் போன்ற நுணுக்கமான விவரங்களைப் பற்றிய பேச்சுவார்த்தை நடக்கும்.

இவைகளை ஒரு வழியாகத் தீர்மானம் செய்த பின் 'கையெழுத்து' மாட்சா, இல்லையா என்கிற முக்கியமான பிரச்னையில் சில சமயம் பேச்சு வார்த்தை முறிந்துவிடும். கையெழுத்து மாட்ச் என்றால் தோற்ற கட்சியின் காப்டன் வென்ற கட்சியின் ஸ்கோர் புத்தகத்தில் கையெழுத்துப் போட வேண்டும். தமிழன் புறமுதுகு காட்டுவதற்கு அடுத்தபடியான அவமானம் இதுதான் என்று நினைக்கிறேன்.

சாதாரணமாகக் கையெழுத்து மாட்சுக்கு ஒப்புக் கொள்ள மாட்டோம். ஆனால், சீமாச்சு போன்ற 'ஸ்டார்' ப்ளேயர் இருந்தால் ஒப்புக் கொள்வோம். அவர்கள் பிடிவாதமாக கை மாட்சு தான் வேண்டும் என்றால்... இப்படிச் செய்வோம். ஆள் இல்லாமல் பதினொன்றாவதாக எண்ணிக்கையை நிரப்புவதற்காகச்

சேர்க்கப்பட்ட அம்பியை (வயது ஆறு) அவன்தான் காப்டன் என்று சொல்லி விடுவோம். அம்பி எதிலும் கையெழுத்துப் போடுவதற்குத் தயங்க மாட்டான்.

பந்து, பழசாகிப் போன டென்னிஸ் பந்து... சில வேளைகளில் துணிப் பந்து, ஸ்டம்பு என்பது வேப்பம்குச்சிகள் அல்லது சுவரில் எழுதப்பட்ட கரிக் கோடுகள்.

நடுநிலையாளர் கட்சிக்கு ஒருத்தன். 'ஸ்கோர்' சொல்பவன் கட்சிக்கு ஒருத்தன். 'ஸ்கோர்' செய்வதற்குச் சாகசமும் மிகத் திறமையும் படைத்த ரங்கன் வருவான். கொஞ்சம் கட்சி 'டௌனில்' இருந்தால் அருகில் உட்கார்ந்திருக்கும் எதிர்க்கட்சி ஸ்கோரரிடம், 'அது என்ன விழுந்து கிடக்கிறது பார், நாலணாவா?' என்று கேட்டு அந்தச் சமயம் சடக்கென்று நாலு ரன் ஏற்றுவான்.

மாட்ச், தெருவில்தான் நடக்கும். பால் கறக்கப் பசு மாடு வந்து விட்டால் நின்று விடும். வீட்டுக்குள் அடித்தால் அவர்கள் எடுத்து வைத்துக் கொண்டால், அடித்தவன்தான் போய் முறையிட்டு மீட்டுக் கொண்டு வர வேண்டும்.

நாங்கள் கிழித்த கரிக் கோடுகள் அழிந்து விட்டன. என்னுடன் விளையாடிக் கொண்டிருந்தவர்கள் எங்கெங்கோ நாடெங்கும் சிதறி இருக்கிறார்கள். இப்போது புதிய கரிக் கோடு கிழித்து, புதிய பையன்கள் விளையாடிக் கொண்டிருக்கிறார்கள். இவர்கள் விதிகள் என்னவோ?

போதும்

ஒரு வட இந்திய நகரில் நண்பர்கள் இருவருடன் இரவில் கடைத் தெருவில் சுற்றிக் கொண்டிருந்தபோது ஒரு கடையில் கறிவேப்பிலைத் துவையல் போல ஏதோ பச்சிலை அரைத்துக் கொண்டிருப்பதைக் கண்டோம். பலர் வந்து ஆளுக்கு ஒரு பெரிய கோலி அளவுக்கு வாங்கி வாயில் அடக்கிக் கொண்டு ஒரு கிளாஸ் தண்ணீருடன் மளக்கென்று விழுங்கி விட்டுக் காசு கொடுத்து விட்டுத் தம் வழியே சென்றார்கள்.

இது என்ன? ஸீனியர் நண்பரைக் கேட்டபோது, 'சாப்பிட்டுப் பார்க்கிறீர்களா?' என்றார். 'என்ன செய்யும்?' என்றேன். 'வேலை செய்யும்' என்றார்.

அதையும் பார்த்து விடலாம் என்று ஸ்பெஷலாகப் பாதாம் பால் கலந்து ஆளுக்கு ஓர் உருண்டையை விழுங்கினோம். விழுங்கி விட்டு நடந்தோம். அரை மணி ஆயிற்று. ஒன்றுமே ஏற்பட வில்லை. சாப்பிட்ட அளவு போதாது. இன்னும் கொஞ்சம் சாப்பிடலாம் (வேண்டாம்! சுத்தும்!) என்று பிடிவாதமாக மறுபடி அந்தக் கடைக்குச் சென்று அதே அளவு துவையலை உட்கொண்டோம்.

நேராக ஓட்டலுக்குப் போய்ச் சாப்பிட்டு விட்டு ஓர் ஓட்டைத் தியேட்டரில் போய் உட்கார்ந்தோம். ஹூம் ஒன்றும் நிகழ வில்லை எங்களுக்கு.

அமெரிக்கக் கட்டிடக் கலை பற்றி ஒரு டாக்குமெண்டரி காட்டிக் கொண்டிருந்தார்கள். ஏதோ ஒரு காட்சியில் ஒரு ஃப்ரேம் சட்டென்று மாறியது. அவ்வளவுதான், என்னுள் ஸ்விட்ச் போட்டார்போல் மருந்து வேலை செய்ய ஆரம்பித்து விட்டது.

முதன் முதலில் உடம்பெல்லாம் சூடாயிற்று, ஜப்பானிய நீராவிக் குளியலைப் போல். காது நுனியிலிருந்து ஆரம்பித்தது. உடம்பு பூராவும் சூடு. நாக்கு உலர்ந்து எதிரே திரைப்படம் தூர தூரச் செல்ல ஆரம்பித்தது. இந்த வேக்காட்டில் இனி உள்ளே உட்கார முடியாது என்று எழுந்து வெளியே வந்தால் நடக்க முடிகிறதா? முழங்காலுக்குக் கீழ் பஞ்சு போலவும், பூட்ஸூக்குள் மேகம் போலவும் ஒரே தொள தொள. ஒரு கடைக்குச் சென்று ஆரஞ்சு ஜூஸ் உறிஞ்சிப் பார்த்தோம். நாக்கு நனையவில்லை.

மனத்திற்குள் பயம் ஏற்பட்டது. திரும்பப் போய் விடலாம் என்று டாக்ஸியைக் கூப்பிட்டேன். நண்பர்களில் ஒருவன், ‘என் பல்ஸைப் பார், என் பல்ஸைப் பார்’ என்று திரும்பக் கேட்டுக் கொண்டிருப்பது தூரத்தில் கேட்டது. என்னை விட்டு நானே ரொம்ப தொலைவில் நடந்து கொண்டிருப்பது போன்ற உணர்ச்சி.

எப்படியோ டாக்ஸி பிடித்தோம்.

டாக்ஸியில் செல்லும்போது நகரமே துப்புரவாக அலம்பி விட்டிருப்பது போலத் தெரிந்தது. நியான்கள் பளிச்சென்று ஒளிர்ந்தன.

உடன் ஒரு பயம் ‘நீ காலி, நீ காலி’ என்று ஒரு கோரஸ் (இசை: எம்.எஸ். விஸ்வநாதன்). டாக்ஸியில் மூன்று மாதம் பிரயாணம்

செய்து எங்கள் விடுதியை அடைந்தோம். யார் பணம் கொடுத்தார்கள்? எப்போது படுக்கையில் விழுந்தேன்?

என்னைப் பொறுத்தவரை ஒரு தடவை போதும்.

துகிலுறுதல்

எங்கள் ஊர் கெயிட்டியில்கூட நூறு நாட்கள் ஓடிய படம் 'தோராஹா'. ஓட வைத்தது அந்தக் கடைசி இழுபறி சீன். இந்தப் படத்தின் வெற்றிக்குக் காரணம் நம்முள் எல்லோர் மனத்தின் அடித்தளத்திலும் இருக்கும். பெரும்பாலும் நிறைவேறாத புடவை இழுக்கும் ஆசை என்று என் டாக்டர் கண்ணாடி நண்பர் ஒருவர் சொன்னார். சுத்த ஃப்ரா(ய்)ட்.

இங்மார் பெர்க்மன் என்கிற ஸ்வீடிஷ் டைரக்டரின் 'வர்ஜின் ஸ்ப்ரிங்' என்ற படத்தில் ஓர் இளம்பெண்ணை இருவர் பலாத்காரம் செய்யும் காட்சி வருகிறது. அதை விவரிக்கிறேன். க்கும்! (கனைத்துக் கொள்கிறேன்).

இரு பெண்கள் மட்டக்குதிரை மேல் ஏறிக்கொண்டு காட்டின் ஊடே செல்கிறார்கள். வசந்தத்தின் புதுமலர்போல் அவள் அந்தப் பசுமையில் செல்லும்போது, ஒரு லோக்கல் கவிஞன் இயல்பாகக் கவி பாடுகிறான்.

மூன்று ஆட்டிடையர்கள் அவள் தனியே செல்வதைப் பார்க்கிறார் கள். இரண்டு வாலிபர்கள், ஒரு பையன். அவள் பாதையில் ஆடு களை ஓட்டிக் கொண்டு நட்புடன் அவளை வழி மறிக்கிறார்கள். 'நீங்கள் எங்கே போகிறீர்கள்? அப்பா, அம்மா எல்லாம் எங்கே யிருக்கிறார்கள்?' என்றெல்லாம் விசாரிக்கிறார்கள். தான் சர்ச்சுக்குப் போவதையும் சொல்கிறாள். அவர்கள், 'சர்ச்சுக்குத் தான்' நேரமாகி விட்டதே. சற்று நேரம் உட்கார்ந்து பேசி விட்டுச் செல்லலாமே! - என்று அழைக்கிறார்கள்.

அவர்களுடன் சந்தோஷமாகப் புல் பூமியில் உட்கார்ந்து கொண்டு, தான் கொண்டு வந்த ரொட்டியையும் பகிர்ந்து கொண்டு சிரித்துப் பேசுகிறாள்.

அந்த இளைஞர்கள், 'உன் கரங்கள் எவ்வளவு அழகாக இருக் கின்றன? உன் கழுத்து எவ்வளவு மென்மையாக இருக்கிறது!' என்று சொல்லி சரேல் என்று அவளை வீழ்த்துகிறார்கள்.

ஒருத்தன் பலவந்தமாக அவளைப் பிடித்திழுக்க மற்றொருவன்... ஆம்!

அந்தப் பையன் முகத்தில் ஆர்வம், பயம், அருவருப்பு... அந்த ஆடுகள் கூட்டமாக அமைதியாக நின்று கொண்டிருக்கின்றன. அழகான காட்டில் பறவைகள் இனிமையாகக் கூவுகின்றன. காற்று லேசாக அலைகிறது. அவர்கள் மூச்சு கேட்கிறது. அமைதி யான சூழ்நிலை.

மிக நுணுக்கமான அந்தப் பலாத்காரம் காட்டப்படுகிறது. அதைப் பார்க்கும்போது நமக்கு ஏற்படுவது வயிற்றில் பந்தாகச் சுருட்டிக் கொள்ளும் பரிதாப உணர்ச்சி. இந்த அநியாயத்தின் முன்னிலை யில் நம் செயலற்ற கோபம்.

உடை கலைந்து, தலை கலைந்து திடீரென்று அழகற்றுப் போய் அந்தப் பெண் அப்படி மடங்கிப் போய்க் குமுறி அழும்போது அந்த இரண்டு மிருகங்களில் ஒருவன்... ஒரு கோடாரியால்... வேண்டாம்.

பெர்மன் மனித இனத்தின் சில ஆதார சந்தேகங்களைத் தன் திரைப்படங்களில் ஆராயும் டைரக்டர், தோராஹா எடுத்தவர்கள், ஃபிலிம் இன்ஸ்ட்டியூட்டில் படித்தவர்கள். நிச்சயம் பெர்க்மன் படங்களைப் பார்த்திருப்பீர்கள். அவர்கள் கற்றுக் கொள்ள வில்லை.

ஒன்பது கட்டில்கள்

பயிற்சியில் இருந்த நாங்கள் ஒன்பது பேரும் கல்கத்தா விமான நிலையத்திற்கு வந்தபோது எங்களுக்குத் தங்குவதற்குச் சரியான ஓர் ஓட்டைக் கட்டிடத்தில் நிர்வாணமாக இருந்த அறையைக் கொடுத்திருந்தார்கள். அறையைத் திறந்து காட்டியவர் எங்கள் லக்கேஜைப் பார்த்து விட்டு, ‘படுத்துக் கொள்ள கட்டில் இல்லையா?’ என்று கேட்டார்.

‘இல்லை’ என்றோம்.

‘அப்போது கார்பாலிக் ஆஸிட் கொஞ்சம் வாங்கி வைத்துக் கொள்ளுங்கள்’ என்றார்.

‘ஏன்?’ என்றோம்.

‘பாம்புக் கடிக்கு நல்லது. வாயில் நுரை வராது’ என்றார்.

துணுக்குற்ற நாங்கள் உடனே உடை மாற்றிக் கொண்டு விமான நிலையத்தில் ஒரு பெரிய மூன்று டன் லாரியை எடுத்துக் கொண்டு ஆளுக்கு ஒரு கட்டில் வாங்கிக் கொள்ள கடிதில் கிளம்பி விட்டோம்.

கல்கத்தா நகரத்தின் ஒரு பெரிய தெருவில் லாரியை நிறுத்தி விட்டு, சந்து பொந்துகள் எல்லாம் தேடிக் கடைசியில் கட்டில் விற்பனை செய்யும் கடை ஒன்றைக் கண்டுபிடித்தோம்.

கயிற்றுக் கட்டில்தான். சற்று அடர்த்திக் குறைவாகப் பின்னப் பட்டிருந்தாலும், ஒரு ஆள் கனம் தாங்கும். விலை வேறு சரசமாக இருந்தது. ஆளுக்கு ஒரு கட்டில் வாங்கிக் கொண்டோம். என் நண்பன், தன் மாமனாருக்கும் சேர்த்து ஒன்று வாங்கிக் கொண் டான். கட்டில் விற்பவன் எங்களை ஒரு மாதிரி பார்த்தான்.

அந்தக் கட்டில்களைத் தூக்கிக் கொண்டு நாங்கள் லாரி நோக்கி நடந்தபோது அந்தத் தெருவே ஸ்தம்பித்து, எங்கள் கட்டில் ஊர்வலத்தைப் பார்த்துக் கொண்டிருந்தது. ஜிலேபி தின்று கொண்டிருந்தவர்கள் வாய் நின்று விட்டது. சவரம் செய்து கொண்டிருந்தவர்கள் கத்தி நின்று விட்டது. எல்லோரும் எங்களை வெறித்துப் பார்த்து, ஒருவரிடம் ஒருவர் சைகை செய்து பேசிக் கொண்டிருந்தார்கள். கட்டில் வாங்குவது அவ்வளவு அசாதாரண நிகழ்ச்சியா என்ன புரியவில்லை.

திரும்ப நாங்கள் எங்களுக்குக் கொடுக்கப்பட்ட இடத்திற்கு வந்து அந்தக் கட்டில்களை இறக்குகையில் அருகில் ஒரு குளத்தில் துணி துவைத்துக் கொண்டிருந்தவர்கள் அத்தனையையும் உதறிப் போட்டு விட்டு எங்களை நோக்கி ஓடி வர ஆரம்பித்தார்கள்.

முன் சீட்டிலிருந்து இறங்கிய டிரைவர் நாங்கள் இறக்கும் கட்டில்களை முதல் தடவை பார்த்ததும் அவர் வாயிலிருந்த பீடி கீழே விழுந்துவிட்டது. மறுபடியும் கூட்டம் கூடி வட்டது.

அதில் ஆங்கிலம் தெரிந்த ஒருவர், 'இந்தக் கட்டில்களை எதற்கு வாங்கி வந்திருக்கிறீர்கள்?' என்று கேட்கவும், 'படுத்துக் கொள்ள' என்றோம்.

அதைப் பக்கத்தில் தன் நண்பனிடம் பெங்காலியில் மொழி பெயர்த்துச் சொல்லிவிட்டு இரண்டு பேரும் கை குலுக்கிக் கொண்டு அட்டகாசமாகச் சிரித்தார்கள்.

'ஏன் சிரிக்கிறீர்கள்?' என்றோம்.

'இந்தக் கட்டில்களை எதற்கு வாங்குவார்கள் தெரியுமா?'

'எதற்கு?'

'பிணங்களைத் தூக்கிச் செல்வதற்கு!'

அந்தக் கரம்

ஹைதராபாத் பேகம்பேட் விமான நிலையத்தில் விமானப் போக்குவரத்தைக் கட்டுப்படுத்தும் அதிகாரியாகச் சுமார் ஆறு மாதம் இருந்தேன்.

ஒரு நிச்சலமான இரவு. நான் கண்ட்ரோல் டவரில் தனியாக மெல்லிய விளக்குகளின் மத்தியில் உட்கார்ந்திருந்தேன். ஜோத்பூரில் இருந்து ஒரே ஒரு விமானம் வர வேண்டி இருந்தது. இந்திய விமானப் படையின் பயிற்சி விமானம் அது. இரண்டு விமானிகள் இரவுப் பயிற்சிக்காக வந்து கொண்டிருந்த 'க்ராஸ் கண்டரி' விமானத்தில் இருந்து ஒரு மெல்லிய இளைய குரல் என்னை ரேடியோ மூலம் கூப்பிட்டபோது மணி 8.25. 9.05க்கு ஹைதராபாத் வந்து சேருவதாகக் கணக்கிட்டிருப்பதாக அறிவித்தது. 'வேறு ஏதாவது விமானம் அருகில் இருக்கிறதா?' என்று கேட்டதற்கு, 'இல்லை' என்ற நான், அந்த விமானத்தை ஆறாயிரம் அடிவரை இறங்கிவர அனுமதி கொடுத்தேன்.

சற்று நேரம்.

மறுபடி அந்தக் குரல். ஆறாயிரம் அடி வரை இறங்கி விட்டதாகவும், தன் ஹைதராபாத் வருகையை ட்யூட்டி ஆபீசருக்கும், சாப்பாட்டு மெஸ்ஸுக்கும் தெரிவிக்கும்படிக் கேட்டுக் கொண்டது. விமான நிலையத்தின் பிக்கன் விளக்கு தெரிவதாகவும், இன்னும் இறங்குவதற்கு அனுமதி கேட்டது. கொடுத்தேன். விமான நிலையத்தின் மேல் பறக்கும்போது கூப்பிடச் சொன்னேன்.

அந்த விமானம் வர வேண்டியது ஒன்பது ஐந்துக்கு. ஒன்பது ஐந்து வரை விமானம் தென்படவில்லை. கணக்கீட்டில் தப்பியிருக்க லாம். ரேடியோ மூலம் அந்த விமானத்தைக் கூப்பிட்டேன். பதில் இல்லை. விமானத்தின் ரேடியோ தவறுவது சாதாரணம். பச்சை

விளக்குக் காட்ட, நானும் என் உதவியாளனும் வெளியே பால்கனியில் வந்து சுற்றுப்புற வெல்வெட் இருட்டில் கண்களை உரித்துக் கொண்டு அந்த விமானத்தின் மெல்லிய விளக்குகளைத் தேடினோம். தென்படவில்லை. மணி 9.15க்கு மறுபடி ரேடியோ அழைப்புகள். வேறு வேறு 'சானல்'களில் சிற்றலையில், ம்ஹூம்!

9.35க்கு மேலதிகாரிகளுக்குத் தெரிவிக்கும் படலம் தொடங்கியது. எங்கே அந்த விமானம்? அப்போது டவரின் டெலிபோன்களில் ஒன்று ஒலித்தது. அண்மை கிராமத்தில் ஒரு போலீஸ் நிலையத்திலிருந்து செய்தி, 'மிகத் தாழ்வாக ஒரு விமானம் ஆர்ப்பாட்டமாகப் பறந்து மேற்கே சிறிய குன்றின் மேல் மோதி வெடித்தது...' மற்றவரிடம் ஒப்படைத்து விட்டு விமான நிலையத்தின் தீயணைப்பு வண்டியில் அந்த விமானம் நொறுங்கிய இடத்திற்குச் செல்ல வேண்டி இருந்தது எனக்கு.

அமைதியான பயணம். அப்போது நான் பயப்படவில்லை.

தீவட்டி வெளிச்சத்தில் சிலர் எங்களுக்குப் பாதை காட்டியபோது நான் பயப்படவில்லை.

எங்கள் வண்டியின் மிகப் பிரகாசமான ஸர்ச் லைட் அந்த வனாந்தரத்தைத் துருவும் போதும் பயப்படவில்லை. அந்த வெளிச்சம் நிலைத்து அந்த இடம் தெரிந்தது. நான் இறங்கி அருகே செல்ல மெஷினும் மனிதனும் உருத் தெரியாத சிதறல்களில்கூட நான் மருளவில்லை. ஆனால், நடக்கும் போது என் காலில் தடுக்கியது ஒன்று...

தனியாகத் துண்டிக்கப்பட்ட கரம்! அதைப் பார்த்தபோது பயந்தேன்.

ஏனெனில் அந்தக் கரத்தில் கட்டியிருந்த கடிகாரம் - இன்னும் ஓடிக் கொண்டிருந்தது.

லிஃப்ட்

அறைக்குள் நுழைந்ததும் அவரைப் பார்த்தேன். கையைக் கட்டிக் கொண்டு என் நாற்காலிக்கு எதிர் நாற்காலியில் உட்கார்ந்திருந்தார். நான் இதுவரை சந்தித்திராதவர். நடுத்தர வயதும் சதைப்பற்றான உடலுமாக இருந்தார். லிஃப்ட்டுகள் தயாரிக்கும்

ஒரு கம்பெனியில் இருந்து தான் வருவதாகவும், சில தினங் களுக்கு முன் அவர்கள் கம்பெனி லிஃப்ட்டுகள் பற்றி நான் தொலைபேசியில் பேசியதை ஞாபகப்படுத்தினார். புதிதாகக் கட்டப்படும் ஒரு கட்டிடத்திற்கு லிஃப்ட் வசதி பற்றி யோசித்துக் கொண்டிருந்தபோது அந்தக் கம்பெனிக்கு போன் செய்தது நினைவுக்கு வந்தது.

வந்தவர், தன் கம்பெனி லிஃப்ட்டுகள் பற்றி விஸ்தாரமாகப் புகழ்ந்து சொன்னார். அவைகள் தானாக இயங்கக் கூடியவை யாம். ஒரு சிறு குழந்தைகூட அவைகளை இயக்கலாமாம். கதவுகள் சிறிதுகூடச் சப்தமிடாதாம். தானாகத் திறந்து கொள்ளு மாம். தானாக மூடிக் கொள்ளும். புறப்படும்போது மிக வேக மாகச் சென்று, விரும்பிய மாடிக்கு வந்து சேருமுன் வேகம் குறைந்து, நிற்க வேண்டிய இடத்திற்கு முக்கால் இன்ச்சுக்குள் சப்தமிடாமல் நின்று, கதவு திறந்து வழி விட்டு, நுழைபவர்களை அணைத்துக் கொண்டு கதவு மூடும். ஆம்!

இந்த லிஃப்ட்டுக்கு மூளைகூட இருக்கிறதாம். முதலில் யார் பட்டனை அழுத்தினார். அவர் மேலே போக வேண்டியவரா, கீழே போக வேண்டியவரா? அடுத்து அழுத்தியது யார்? அவர் நோக்கம் மேலா கீழா? என்று பற்பல செய்திகளை எல்லாம் கிரகித்துக் கொண்டு சிக்கனமாகவும் புத்திசாலித்தனமாகவும் செயல்படும். 'ஷி இஸ் எ ப்யூட்டி!' உள்ளே லிலோலியம் கண்ணாடி. எமர்ஜன்ஸி பட்டன். மௌனமான மின் விசிறி. ஹைஃபி சங்கீதம்... நீங்கள் கொடுக்கப் போகும் ஒவ்வொரு ரூபாய்க்கும் மதிப்பு.

என்ன விலை என்றேன்.

லட்சத்து எண்பதினாயிரம் என்றார்.

நான் மனத்திற்குள் ஒரு குட்டிக்கரணம் அடித்தேன். முழுக்க முழுக்க ஆட்டோமாட்டிக் டிக் டிக் என்றார்.

இந்த ஆட்டோமாட்டிக் திடீரென்று பாயைப் பிறாண்டினால் என்ன ஆகும்? தானாகப் பிரிந்து மூடிக் கொள்ளும் கதவுகளுக்கு இடையில் யாராவது கை மாட்டிக் கொண்டு, கதவு சடக்கென்று மூடிக் கொண்டு, உடனே கிளம்பி விட்டால் என்ன ஆகும் என்றெல்லாம் சந்தேகம்.

கேட்கவில்லை. கேட்டால் அவர் எங்கே லிஃப்ட்டுக்கு (லட்சத்து எண்பதினாயிரம்) ஆர்டர் எடுத்துக் கொண்டு செக் கிழிக்கச் சொல்வாரோ என்று பயந்து, 'யோசித்துச் சொல்கிறேன். உங்களுக்கு மறுபடி போன் பண்ணுகிறேன்' என்று சுதாரித்துக் கொண்டேன்.

அவர் மேலே கொஞ்சம் தம் லிஃப்ட்டுகளைப் பற்றி ஆராதனை செய்துவிட்டு ஒரு வழியாகப் புறப்பட எழுந்தார்.

எழுந்தவருடன் வழக்கம்போல் கை குலுக்க முற்பட்டபோது என் ரத்த ஓட்டத்தில் குபுக் என்று ஒரு பாய்ச்சல் ஏற்பட்டது.

அவர் தன் இடது கையால் குலுக்கினார்.

வலது கை, மணிக்கட்டுடன் நின்று மொண்ணையாக இருந்தது.

2. மிஸ். தமிழ்த்தாயே நமஸ்காரம்!

அணங்குடை நெடுங்கோட்டு
அளையகம் முனைஇ
முணங்கு நிமிர் வயமான்
முழுவலி ஒருத்தல்...

இந்தப் புறநானூற்று வரிகளில் உங்களுக்கு ஒரு வார்த்தையாவது புரிகிறதா? இல்லை. நீங்கள் என் கட்சிக்கு வாருங்கள். என்னுடன் புதுக் கவிதை உலகிற்கு.

மாறுதலுக்கு இந்த வரிகளைப் பாருங்கள்:

'மிஸ் தமிழ்த்தாயே
நமஸ்காரம்
சுகந்தானே நீ
ஆமா...
நாங்கள் கேள்விப்பட்டது
உண்மையா?'

அவர்கள் கேள்விப்பட்டது ஒருபுறமிருக்க இந்த வரிகள் புரிவ தோடு மட்டுமல்லாமல் அதிர்ச்சியும் தருகின்றன அல்லவா! தமிழ்த் தாயை 'மிஸ்' என்று அழைத்து நமஸ்காரம் என்று வட மொழியில் வணங்குவதாவது! இந்த ஆசாமிகளை நிறையச் சந்திக்கப் போகிறீர்கள். அதற்கு முன், ஆமா... இது என்ன கவிதையா? கவிதை என்றால் ஒரு-ஒரு ஓசை வேண்டாம்? வடிவம் வேண்டாம்? சந்தம் வேண்டாம்?

ஆனால் நவீன வாழ்க்கையில், விஞ்ஞான முன்னேற்றத்தில், அன்னிய பாதிப்பில், நகரங்களின் நெரிசலில், அவலங்களில், சந்தோஷங்களில், புதிய பாவங்களில், இன்பச்சாயைகளில் ஒரு கவிஞனின் மன விகற்பங்களைத் தெரிவிப்பதற்கு ஒரு புதிய வடிவம் தேவையாக இருக்கிறது; புதுக் கவிதை. 'The essence of poetry with us in this age of stark and unlovely actualities is a stark directness without a shadow of a lie or a shadow of deflection anywhere' ஆங்கிலத்தில் புதுக் கவிதையின் ஆரம்பக் காலங்களில் டி.எச். லாரன்ஸ் இவ்வாறு சொன்னார். தமிழில் புதுக் கவிதையின் இன்றைய ஆரம்ப காலத்திற்கும் இது பொருந்தும்.

இந்த வகையில் மிகச் சுருக்கமான மிக ஆழமான - புதுக் கவிதை வட்டாரங்களில் பிரபலமாகிவிட்ட ஒரு வரிக் கவிதை.

'நள்ளிரவில் வாங்கினோம்.

இன்னும் விடியவில்லை'

தலைப்பு? சுதந்திரம்!

ஜப்பானிய 'ஹைக்கூ' என்பது ஒரு சின்ன மலர் மொட்டுப் போன்ற குட்டிக் கவிதை வடிவம். சிறிய வரிகளில், சடக் என்று ஒரு கற்பனையைப் பிடித்து நிறுத்தி, படித்ததும் அட என்று சொல்ல வைக்கும். உதாரணம்:

திருடன்
ஜன்னலில் விட்டுச் சென்று விட்டான்
நிலவொளியை

★

விழுந்த மலர்
திரும்பக் கிளைக்குச் செல்லுகிறதே!
இல்லை!
வண்ணாத்திப் பூச்சி.

★

இது ஹைக்கூ இதன் பாவனை தமிழ்ப் புதுக் கவிதைகளிலும் ஏற்பட்டிருக்கிறது.

ஆரம்பத்தில், புரியாத புறநானூற்று வரிகள் வேணுமென்றே கொடுத்திருந்தேன்.

'பெரியோரை வியத்தலும் இலமே
சிறியோரை இகழ்தல் அதனினும் இலமே'

போன்ற எளிய புறநானூற்று வரிகளில் புதுக் கவிதையின் தென்பை நிச்சயம் காணலாம். அதை எழுதியவர்கள் அடி மனத்திலும் கவிதையின் நீரோடை தெளிந்திருக்கிறது... கவிதை ஒரு அனுபவம். அதற்குக் காலம் கிடையாது. யாப்பிலும் கவிதை காணலாம். யாப்பை உடைத்ததிலும் கவிதை காணலாம். புறநானூற்றுக்கும் கடைசியாக நான் குறிப்பிடும் சுந்தர ராமசாமியின் கவிதைக்கும் நிச்சயம் ஒரு மரபுத் தொடர்பு இருக்கிறது. ஒரு பரிணாம வளர்ச்சி இருக்கிறது. கொஞ்சம் 'ஸாம்பிள்' காட்டுகிறேன். புதுக் கவிதை புதியதா? ஆம். விஷயங்களில் புதியது.

1

கார்டு கவர்களில்
இந்தி எழுத்தை
நன்றாய் அடித்து
மசியால் மெழுகி
அஞ்சல் செய்யும்
தனித்தமிழ் அன்பர்
'பாபி' பார்த்ததும்
இருடிக் கபூரும்
இடிம்பிள் கபாடியாவும்
(ரகரமும் டகரமும் மொழி
முதல் வாரா)
அருமையாய் நடித்தனர்...
(என டயரியில் எழுதுகிறாராம்.)

- ந. ஜெயபாஸ்கரன்

2

நிரோத் உபயோகியுங்கள்
நிரோத் உபயோகியுங்கள்
என்று விளம்பரங்கள்
வலியுறுத்துகின்றன,
வாயேன்.

- நீலமணி

3

தலைவார்களேங்!
தமிழ்ப் பெருமக்களேங்
வணக்கொம்
தொண்ணூறாம் வாட்டத்தில்
பாசும் வாய்ப்பய்த்
தந்தமைக்கு மகிழ்கின்றேன்
இன்றாய்த் தீனம்
கண்ணீரில் பசித்தொய்ரில்
மாக்களெல்லாம்
காலங்கும் காட்சியினைக்
காண்கின்றோம் நாம்.
வண்ணாரப் பேட்ட கிள
சார்பில மால...

- ஞானக் கூத்தன்

4

ககனப் பறவை
நீட்டும் அலகு
கதிரோன் நிலத்தில்
எரியும் பார்வை.
கடலுள் வழியும்
அமிர்தத் தாரை

கடவுள் ஊன்றும்
செங்கோல்.

— *தருமு சிவராமு*

5

மழைக்குப் பயந்து
அறைக்குள் ஆட்டம்
போட்டன துவைத்த துணிகள்.

6

முட்டி முட்டிப்
பால் குடிக்கின்றன
நீலக்குழல் விளக்கில்
விட்டில் பூச்சிகள்.

— *பாலகுமாரன்*

7

பல்லுமிருந்து
பசியும் எடுப்பதால்
சீப்பு தினமும்
என் முடியைத் தின்கிறது.

— *கலாப்ரியா*

8

கிணற்றில் விழுந்த நிலவைக்
கீழிறங்கித் தூக்கிவிடு
நனைந்த அவள் உடலை
நழுவாமல் தூக்கிவிடு

— *எஸ். வைதீஸ்வரன்*

9

தாகமும் தீராமல்
தண்ணீரும் குறையாமல்
நீல சீசாவில்
அலைவீச அலைவீச
சாய்த்துச் சாய்த்து
பூமிவாய் குடிக்கும் கடல்.

- தேவதேவன்

10

உனக்கென்ன
சாமி பூதம் கோவில்குளம்
ஆயிரமாயிரம் ஜாலியாய்ப்
பொழுது போகும்
வலப்பக்கக் கடல் மணலை
இடப்பக்கம் இறைத்திறைத்து
நகக்கணுக்கள் வலிக்கின்றன
அடியே...
நாளையேனும்
மறைக்காமல் வா.

- பாலகுமாரன்

11

ராமாயணம்
கேட்ட
ரசிகன்
ராப்பூராத்
தூங்கவில்லை
கேட்டுக் கொண்டிருந்த
ரசிகையைக் கடத்துவதற்கு.

- கொ.ச. பலராமன்

12

உன்னருகே நானிருந்து
சொன்ன கதையெல்லாம்
சுவையற்றுப் போனதென்ன
என்னை எதிர்நோக்கி
வீதியின் கோடிவரை
விழிக்கடையில் சிறைப்படுத்தி
நிலைப்படியே நீயாக
நின்றிருப்பாய்
இன்று? இல்லை!
காரணமோ
ஆணொன்றும் பெண்ணொன்றும்
குழந்தைகள் காரியங்கள்
அடுப்பில் புளிக்குழம்பு.

— கி. கஸ்தூரிரங்கன்

13

நாங்கள் எல்லாம்
கவிதை எழுதி
புரட்சி எழுத்தாளர்
ஆகுமுன்பு
போர் நின்றுவிட்டதே
வியட்நாம் போர் நின்றுவிட்டதே!

14

மைக், போஸ்டர், கூட்டம்
மந்திரியின் ஆரவாரப் பேச்சு
பத்திரிகையில் அமர்க்களமாய்ப் படம்
வாழ்த்துக் கவிகள் - ஒன்றுமே
இல்லை.

மாதத்தில் ஒருநாள்
சலூன்காரன் எனக்குப்
பொன்னாடை
போர்த்துகிறான்.

- வேய்ங்குழல்வேந்தன்

15

76 என்றதும் ஏழைக்காக
என்னை அர்ப்பணிக்கத் தயாரானேன்.
77 என்கிறீர்கள்...
வாய்யா ஐஸ்க்கிரீம்
சாப்பிடலாம்
....
ஆறு மாதத்துக்கு முன்னால்
அதுகளை நினைச்சால் போதும்.

- அருணா சண்முகம்

16

பேசும் கேள் 'என் கிளி' என்றான்
கூண்டைக் காட்டி,
வால் இல்லை
வீசிப் பறக்கச் சிறகில்லை
வானம் கைப்பட வழியில்லை
'பார் பார் இப்போதுபேசும்' என
மீண்டும் மீண்டும் அவன் சொல்ல
'பறவை என்றால் பறப்பது' எனும்
'பாடம் முதலில் படி' என்றேன்.

- கல்யாண்ஜி

17

கொஞ்சம் முகம் பார்த்து
தலை சீவ ஒரு சந்திரன்.
லோஷன் மணக்கும் பாத்ரூம்
என் மனக்குதிரைகள் நின்று
அசைபோட ஒரு லாயம்
என் கையெழுத்துப்
பிரதியில் கண்ணோடமுகங்
கொள்ளும் - ஆனந்தச் சலனங்கள்
நான் காண - ஒரு பெண்
சிந்திக்கையில்
கோத ஒரு வெண்தாடி
சாந்த சூரியன்
லேசான குளிர்
அடிமனத்தில் கவிதைகள் நீரோடை

- சுந்தர ராமசாமி

18

இலக்கண சுத்தத்தோடே
எழுதணும் கவிதை என்றார்
கையிலே வாங்கிப் பார்த்துக்
கழிநெடில் விருத்தம் என்றார்.
ஒருவர் உரசிப் பார்த்தார்.
கருவிளங் காய்ஈ தென்றார்
மற்றொரு வரியைச் சுட்டி
மாற்றிந்தச் சீரை என்றார்.
அக்கக்காய்க் கழற்றிப் போட்டார்
அருந்தமிழ்ப் பெயர்கள் சொன்னார்
கடைசியில் திருப்பிப் பார்த்தேன்
கவிதையைக் காணோம் அங்கே!

- ராஜன்

3. காத்திருத்தல்கள்

நான் திரையுலகில் நுழைந்து விட்டேன். அப்படிச் சொல்வது சரியல்ல.

என் நாவல்கள் சில திரைப்படத்திற்கு இலக்காகி இருக்கின்றன. திரைக்கதை ஒன்றே ஒன்று. பாலசந்தருக்காக எழுதினேன். மற்றபடி திரைப்படங்கள் உருவாவதை அவ்வப்போது பராக்குப் பார்க்கும் சந்தர்ப்பங்களும், உருவாக்கத்தில் சம்பந்தப்பட்ட சில சிறிய மனிதர்களையும் பெரிய மனிதர்களையும் சந்திக்கும் சந்தர்ப்பங்களும் ஏற்பட்டன. ஓர் எழுத்தாளன் இந்த வசீகரமான உலகத்தை ஓர் அன்னிய ஸ்தானத்திலிருந்து கவனிக்கும் விஷயங்கள் சற்று வேறுபட்டவையாக இருக்கும். சொல்கிறேன்.

கிட்டத்தட்ட இருநூறு படங்கள் எடுக்கிறார்களாம். கும்பகர்ணன் தூங்கி எழுந்து நடப்பதுபோல தூள் பறந்து கொண்டிருக்கிறது. இருநூறு படங்களில் எண்பதுதான் வெளிவரும் என்று விஷயம் தெரிந்தவர்கள் சொல்கிறார்கள். அது வேறு விஷயம். என்னைச் சிந்திக்க வைப்பது, பாக்கி நூற்றியிருபது படங்கள். செலுலாய்டில், உறங்கப் போகும் குறைக் கனவுகள், கலைந்த குடும்பங்கள், ஒற்றை சதுர நிலங்கள், மனைவிகளின் நகைகள், அடகு வைத்த பங்களாக்கள், கண்ணீர்கள், விஷம்போல ஏறப்போகும் வட்டி விகிதங்கள். ஹோட்டல் அறைகளில் திறந்த பாட்டில்களும், தெரிந்த தெரியாத புத்திமதிகளும், பூஜை போடுவதில் ஆரம்பிக்கிறது வினை. திரைக்கதையின் நோட்டுப் புத்தகத்திற்கு குங்குமம் இட்டு பல்வேறு தேவ தேவதைகளின் படங்களின் முன் புதிதாக எழுதப்பட்ட கிளாப்பர் போர்டும் ஊதுவத்தி, சந்தன

மணமும் அந்தணர்கள் மந்திரங்கள் சொல்ல, காப்பியும் டிபனும் காலியாக, கார்கள் வந்து நிற்க, செட்டுக்கு வெளியே நூற்றுக்கணக்கான செருப்பு ஜதைகள் உதறப்பட எல்லோரும் சந்தோஷமாக எல்லோரையும் வாழ்த்த, வணங்கத் துவங்குகிறது. அப்புறம்?

காத்திருத்தல்கள்.

கேள்வி : திரை உலகை ஒரு வார்த்தையில் சொல்லவும்.

பதில் : காத்திருத்தல்கள்.

சங்கீதக் கலைஞர்களுக்காக, டைரக்டருக்காக, பாடலாசிரியருக் காக, நடிகர்களுக்காக, எடிட்டர்களுக்காக, காமிராக்காரர்களுக் காக... மொத்த நேரத்தில் எண்பது சதவிகிதம் காத்திருக்கிறார்/ கள். எவ்வளவோ வடிவத்தில் காத்திருக்கிறார்கள். ஒரு ஷாட்டுக்கும், மற்றொரு ஷாட்டுக்கும் இடையில் காத்திருத்தல்/ கள். பாட்டில் ஒரு வரிக்கும் மற்றொரு வரிக்கும் இடையே, ஸ்டூடியோக்களில், வெளிப்புறங்களில், மர நிழல்களில், ஹோட்டல் அறைகளில், விமான நிலையங்களில் எங்கும் எங்கும் காத்திருக்கிறார்கள்.

அதில் காத்திருக்காத ஒன்றே ஒன்று பணச்செலவு.

இதைச் சமாளித்தால் படம் வெளிவருகிறது.

இல்லை என்றால்? தலையில் துண்டு.

இருநூறு படங்கள்.

கொஞ்சம் நுட்பமாகப் பார்க்கலாம். ஒரு திரைப்படப் பாடல் எப்படி உருவாகிறது? முதலில் ஒரு ஹோட்டல் அறை ரிசர்வ் செய்யப்படுகிறது. ஏஸி வேண்டும். 'சரியா ஒன்பது மணிக்கு கம்போஸிங் இருக்குப்பா, எல்லோரும் வந்திடுங்க.'

பதினோரு மணிக்கு முதல் தபலா வருகிறது. உடன் ஓர் ஆர்மோனியம். அப்புறம் ஒரு கித்தார். சில சங்கீதக்காரர்கள் வரு கிறார்கள். புகையிலையைத் துப்பிவிட்டு பட்டன் மணியடித்து ஹோட்டல் சிப்பந்தியை வரவழைத்து ஹோட்டலில் இருக்கும் அத்தனை டிபனையும் சாப்பிடுகிறார்கள். அந்தச் சிப்பந்திப் பையன் ஓடியாடி வேலை செய்கிறான். அவனுக்கு சினிமாவில் நடிக்க ஆசை. அவனைச் சற்று விசாரித்தால் அவனுக்குப் பாணா

வீச்சு எல்லாம் தெரியும். மதுரையில் பழகியிருக்கிறான். ஒரு ஜெய் படத்தில் ஒரு செகண்டு தோன்றியிருக்கிறான் என்பது தெரிய வரும்.

டிபன் முடிந்தபின் சங்கீத டைரக்டர் வருகிறார். அவர் வீட்டிலிருந்து மோர் கொண்டு வந்திருக்கிறார். கூட வந்த உதவியாளர் கையில் ஒரு காஸெட் இருக்கிறது. நோட்டுப் புத்தகம் இருக்கிறது. காஸெட்டில், 'தந்தான தானன்னே' ரூபத்தில் ஒரு சில மெட்டுக்கள் பதிந்திருக்கின்றன. அவைகளின் சுர வடிவங்கள் நோட்டுப் புத்தகத்தில் எழுதியிருக்கின்றன. தபலாக்காரர் மாவு போட்டுச் சுத்தியடித்து சுருதி சேர்க்கிறார். படத்தின் டைரக்டர் வருகிறார். அந்த மெட்டுக்களைக் கேட்டு ஒன்றிரண்டு தேர்ந்தெடுக்கிறார். ஒவ்வொருவரும் யார் யாரையோ பற்றிப் பேசுகிறார்கள். பொதுவாக ஒரு சிநேகிதம் விரவியிருக்கிறது. பாடலாசிரியர் உதவியாளருடன் வருகிறார். அவருக்கு டெலிபோன் வருகிறது. இல்லை என்று சொல்கிறார்கள். இப்போது அறையில் நிறைய பேர் இருக்கிறார்கள். ஏஸி ஓவர் டைம் செய்கிறது, சிகரெட் புகைப்படலம் போலப் பரவியிருக்கிறது.

'தந்தானே தானத்தன்னே' என்கிறார் சங்கீத டைரக்டர்.

'வந்தாளே வானத்திலே' என்கிறார் பாடலாசிரியர்.

'ஹீரோ பாடற பாட்டு சார்.'

'வந்தானேன்னு போடுங்க.'

'நல்லா இல்லையே?'

'சொந்தமில்லை பந்தம் இல்லை!'

'பரவாயில்லை; ஆனா கதைக்குச் சரிப்பட்டு வருமா?'

'கதை என்னங்க?'

'லவ்வு!'

'யார் எடுக்கிறாங்க?'

'ஏ.கே. யூனிட்டுலே!'

'முத்து! ஒரு ஐநூறு ரூபா வாங்கிக்க.'

‘தந்தானே தானத்தன்னே.’ மறுபடியும் மெதுவாக மெதுவாக, வரி வரியாக உருவாக உருவாக அந்தப் பாடலை முத்து முத்தான எழுத்துக்களில் தரையில் உட்கார்ந்திருப்பவர் எழுதிக் கொள்கிறார். இரண்டு மணி நேரம் கழித்து பன்னிரண்டு வரிகள் உருவாகின்றன.

அப்புறம் எல்லோரும் சாப்பிடக் கிளம்பி விடுகிறார்கள். அறையில் வாத்தியங்கள் காத்திருக்கின்றன. ஜெய் படத்தில் ஒரு செகண்டு பாணா வீசிய பையன் சிகரெட் துண்டுகளைக் காலி செய்கிறான்.

மற்றொரு நாள், மற்றொரு இடத்தில் அந்தப் பாடல் பதிவாகிறது. இந்த இடம் ரிக்கார்டிங் ஸ்டூடியோ. ஒரு பெரிய ஹால். அதைக் கண்ணாடி வழியாகப் பார்க்கும் ஒரு கண்ட்ரோல் ரூம். அதில் எலிச் சாதனங்கள், ஸ்பீக்கர்கள், இண்டர்காம் வசதிகள், நாற்காலிகள், எலக்ட்ரானிக் சாதனங்கள். எல்லாம் பெரும்பாலும் பழையவை. ஹாலிவுட் கம்பெனிகளில் நாற்பதுகளில் தயார் செய்யப்பட்டு இன்னும் வேலை செய்யும் வால்வு சமாச்சாரங்கள்.

ஹாலில் எங்கும் எங்கும் சங்கீதக்காரர்கள் கூடுகிறார்கள். எத்தனை வாத்தியங்கள்! வயலின்கள். ரூபார்ப், ஆர்கன், சின்தசைஸர், கித்தார், பலவித டிரம்கள், தபலா டோலக், பாங்கோ, காங்கோ - மேற்கும் கிழக்கும் மயங்கிய ஒரு கலவை.

சங்கீத டைரக்டர் இங்கிருந்து ஒவ்வொரு வாத்தியமாக வாசிக்க வைத்து அவர் மனத்தில் இருக்கும் ஒலிச் சித்திரத்தை வரி வரியாக அமைக்கிறார். அங்குள்ள ஒவ்வொருவரின் திறமையும் என்னை ஆச்சரியத்தில் ஆழ்த்துகிறது. டிரம் வாசிப்பவர் அடுத்த வரியில் நடந்து சென்று டோலக்கை ஒரு குமுக்கு குமுக்கிவிட்டு மறுபடி வந்து மூன்றாவது இடைவெளியில் பாங்கோ தட்டுகிறார். புல்லாங்குழல் வாசிப்பவர் கழுத்தில் ஒரு சாக்ஸபோனும் தொங்குகிறது. எல்லோரும் ஹெட்போன் அணிந்து கொள்கிறார்கள். வாத்திய கோஷ்டி செட் ஆனதும் பாடகர்கள் வருகிறார்கள். அவர்களுக்கு ஒரு தனி அறை. பாட்டிற்கிடையில் ஒரு தடவை ‘லல்லல்லா’ சொல்ல நான்கு பெண்கள், மாம்பலத்தில் இருந்து பஸ் பிடித்து வந்து மற்றொரு அறையில் காத்திருக்கிறார்கள்.

எல்லோரும் சேர்ந்து ஒன்றியங்கும்போது கேட்கும் அனுபவம் அற்புதமானது.

‘டேக் ஒன்’ என்று சொல்ல, டேப் மெதுவாகச் சுழல, மௌனத்தில் விரல் சொடுக்குகள் மட்டும் கேட்க, திடீர் என்று அத்தனை வாத்தியங்களும் புறப்பட, வியூ மீட்டர்கள் அதிர, அந்த நாதக் கலவை நம்மைத் துல்லியமாகச் சூழ்ந்து கொள்ள... ஹோட்டல் அறையில் சின்னக் குழந்தையாக இருந்த ‘தந்தானே’ இப்போது கன்னிப் பெண்ணாக மாறி நகைகள் அணிந்து ஜொலிக்கிறாள்.

எல்லாம் எதற்காக? for some trivial திரைப்படம் எடுக்கும் போதும் சுற்றுப்பட்ட மனிதர்கள்தான் என்னைக் கவர்கிறார்கள். கிளாப் அடிக்கும் பையன் ‘நான் பார்க்காத நடிகருங்களா!’ அவ்வப்போது நடிகர்களின் முகத்தை ஒத்திவிடும் மேக்கப் சிறுவன். உத்தரத்தில் உட்கார்ந்திருக்கும் லைட் பாய். வெளிச்சங்களை அமைக்கும் லைட் அசிஸ்டெண்ட். ‘ஒரு பேபி கொண்டு வாடா சாவு கிராக்கி!’

படுத்துக்கொண்டே டிராலியில் காமிராவை இழுக்கும் அந்தக் குழந்தைகள். வெளியே வேலையில்லாமல் காத்திருக்கும் இளைஞர்கள். ‘ஸ்ரீலதாகிட்ட டிரைவரா இருந்தேங்க... ஏதாவது ஒரு வேலை!’ புரொடக்ஷன் மானேஜர் என்னும் அஷ்டாவதானி.

டைரக்டர் கடாட்சத்திற்காகக் காத்திருக்கும் தம் அடித்துக் கொண்டிருக்கும் அடையாற்று இளைஞர்கள்.

பெரிய நடிகருக்கு ஸூட் அணிவித்து காலில் ஷூ போட்டு விடும் சிறுவன். நடிகைக்குப் பின்னே நாற்காலியுடன் அலையும் ஆசாமி; சந்தேகப் பார்வையுடன் புல்வெளிகளில் உட்கார்ந்திருக்கும் நட்சத்திர அம்மாக்கள், அப்புறம் எத்தனை எத்தனை சின்னப் பட்டாளங்கள், எழுதிக் கொள்ள, வாங்கிக் கொள்ள, உடம்பு பிடித்துவிட, சிகரெட் பற்றவைக்க, வம்புக்கு அலைய, கூட்டிவிட, பிரித்துவிட...

ஒரு வரி நடனத்திற்காகக் காலையில் இருந்து மேக்-அப் அணிந்து, மார்பும் தொடையும் மற்றவர் பார்வைக்கு இலக்காகி, உடம்பெல்லாம் வியர்வையாக, கண்ணெல்லாம் ஒரு நாள் ஸ்ரீதேவி ஆகப்போகும் கனவாகக் காத்திருக்கும் பெண்கள், கார் டிரைவர்கள், கவிதை எழுதுபவர்கள், பாம்பு தேள் சப்ளை செய்பவர்கள், ஸ்மித் அண்ட்வெஸ்ஸன் ரிவால்வர் கொண்டு வருபவர்கள்.

ட்ருஃபாவின் Day for Night ஞாபகம் வருகிறது.

பல்லாயிரக்கணக்கானவர்களுக்குச் சோறு போடுகிறது இந்த உலகம். இவர்கள் எல்லோருக்கும் படம் எடுக்கவோ, நடிக்கவோ, கெடுக்கவோ, பிடிக்கவோ இருக்கிறது. காத்திருக்கிறார்கள்.

அதோ ஒருத்தர் போகிறாரே! சாதுர்ய வார்த்தைகளை நம்பி சொத்தைக் கரைத்துவிட்டு சொந்த ஜில்லாவுக்குத் திரும்புகிறார்.

திரும்பிப் போகும் ஒவ்வொருத்தருக்கும் நான்கு பேர் புதிதாக வருகிறார்கள் - வெள்ளைச் சட்டையும் பையில் கத்தையாக நூறு ரூபாய் நோட்டுக்களுடனும்.

வருக வருக என்று அழைக்கிறது இந்த வசீகர உலகம். இருநூறு படங்கள்.

4. கண்டேன் காயத்ரியை

'காயத்ரி' திரைப்படத்தைப் பார்த்துவிட்டு என் வாசகர்கள் பலர் எனக்குப் பேனாவில் கோபத்தை நிரப்பிக் கடிதம் எழுதியிருந்தார்கள். 'எப்படி இந்த மாதிரி கதையின் மென்மையான, நம்பக்கூடிய பாத்திரங்களைத் திரையில் இரு பரிமாணத்திற்கு விகாரமாக மாற்ற நீங்கள் அனுமதித்தீர்கள்? எப்படி முடிவை மாற்ற அனுமதித்தீர்கள்?' என்று பல குற்றச்சாட்டுகள். அதையெல்லாம் விட, படம் எடுத்த விதத்தில் நான் திருப்தி தெரிவித்திருப்பதாக ஒரு புரளியும் சேர்ந்துவிட அவர்கள் என்னை மன்னிக்கவே முடியாது என்று சொல்லியிருக்கிறார்கள். அவர்கள் ஒவ்வொரு வருக்கும் 'நான் எனக்கும் படம் எடுத்த விதத்திற்கும் சம்பந்த மில்லை. தினமணிக் கதிரில் 'முற்றும்' என்று எழுதியவுடன் நானும் காயத்ரியும் பிரிந்து விட்டோம்' என்று எழுதிக் கொண்டிருக்க எனக்குத் திராணியில்லை. அதற்கு அவசியமும் இல்லை என்று நினைக்கிறேன். காயத்ரியின் எழுத்து வடிவத்தில் இருக்கும் பாத்திரங்களுக்கும் அவர்களின் சினிமாத் தோற்றங் களுக்கும் உள்ள அதீத வித்தியாசங்களில் அந்த உண்மை புலப் பட்டிருக்கும்.

'காயத்ரி'யைப் படம் எடுக்க திடீர் என்று முடிவு செய்தார்கள். 'அனிதா இளம் மனைவி' என்கிற கதைதான் படமாவதாக இருந் தது - இருக்கிறது. அதற்கு முன் பஞ்சு அருணாசலம் அவர்கள், 'காயத்ரி'யைப் படித்துவிட்டு கதையில் சினிமாவுக்கு ஏற்ற அம்சங்கள் நிறைய இருக்கின்றன என்று விரும்பி உடனே எடுக்க முடிவுசெய்து என்னைக் கேட்டார். என்னைப் பொறுத்த வரையில் கதையில் சினிமா அம்சங்கள் என்று நான் நினைத்துக்

கொண்டிருப்பவை இவை; காயத்ரி ஒரு குடும்பத்தில் கல்யாணம் செய்துகொண்டு நுழைகிறாள். முதலில் அவர்கள் எல்லோரும் பரிவாகவே அன்பாகவே இருக்கிறார்கள். அழகான கணவன், அக்கா, அய்யர், அவர் பெண் எல்லோரும் முதலில் விரும்பத் தக்கபடித்தான் இருக்கிறார்கள். மெதுவாக அவர்கள் நடத்தையில் சில விநோதங்களைக் கவனிக்கிறாள். சில சம்பவங்கள் உறுத்துகின்றன. எதற்கும் ஒரு விளக்கம் கிடைக்கிறது. மனது அல்லாடுகிறது. அந்த வீட்டில் தான் ஏறக்குறைய சுதந்தரமற்று சிறைப்பட்டிருப்பதை உணர்ந்து முதல் மனைவியை அவுட்-ஹவுசில் (out house) சந்திக்கும்போது ஒருவிதமான உச்சக்கட்டம் ஏற்படுகிறது.

இந்தச் சாத்தியங்களை சினிமாவில் சரியாகப் பயன்படுத்திக் கொள்ளவில்லை என்பதே என் அபிப்பிராயம். முதலிலிருந்தே ரஜினிகாந்த் திருட்டு விழி விழித்து பாட்டிலை எடுத்து விடுகிறார். முதலிலிருந்தே பாத்திரங்கள் அத்தனை பேரும் அவர்கள் சுய ரூபத்திலேயே அறிமுகப்படுத்தப்பட்டு இருக்கிறார்கள். மேலும் கதையில் Prevailing mood என்று ஒன்று இருக்க வேண்டும். இந்தக் கதையில் அது காயத்ரியின் மேல் போர்வை போல் படரும் பயம். திரையில் அது சரியாகக் காண்பிக்கப்படவில்லை. கதையில் பாதிக்கு மேல் mood திடீர் என்று மாறி ஜெய்சங்கர், மூர்த்தியின் ஹாஸ்யங்களில் நழுவி காபரே (cabaret) ஹோட்டல், கறுப்புப் பெட்டி, காரில் துரத்துதல் என்று சென்று, கடைசியில் எல்லாவற்றுக்கும் சிகரம் வைத்ததுபோல் ஒரு ரேப் ஸீன் (rape scene) தற்கொலை! இவைகளுக்கெல்லாம் என்னைக் குற்றம் சொல்பவர்கள் காயத்ரியைப் படித்துப் பாருங்கள். புத்தகம் வந்திருக்கிறது.

நான் படம் எடுத்தவர்களைக் குறை சொல்வதாக எண்ண வேண்டாம். அவ்வளவு தொட்டாற் சிணுங்கியாக நான் இருந்தால், படம் எடுப்பதை முதலிலேயே அனுமதித்திருக்க வேண்டாம். விரும்பித்தான் கொடுத்தேன். கமர்ஷியல் சினிமா (Commercial Cinema) என்பது இலக்கியப் படைப்பினின்று முற்றிலும் வேறுபட்டது. அந்த விளையாட்டின் விதிகள் வேறுபட்டவை என்பது எனக்குச் சத்தியமாகத் தெரியும். படம் எடுக்கும்போது அவர்கள் தீர்மானித்த காயத்ரியின் முடிவு பற்றி பஞ்சு அருணாசலத்திடமும் பாஸ்கரிடமும் ஒரு நாள் சாயங்காலம் வெளிப்படையாகவே என் கருத்தை வெளியிட்டேன். அவர்கள் 'நீங்க பாட்டுக்கு

எழுதிப்பிடறீங்க. எல்லாவிதமான ஆடியன்ஸையும் நாங்க கவனிக்க வேண்டியிருக்கு. குறிப்பாகப் பெண்கள். செங்கல் பட்டுக்குப் பக்கத்திலே ஒரு கிராமத்து ஆள் ஒருத்தன் இதைப் பார்க்கிறான். 'ஆமா அப்புறம் அவளுக்கு என்ன ஆச்சுடா? சொந்தப் புருஷனே அவளை அப்படிச் செஞ்சப்புறம் அவளுக்கு ஏதுடா வாழ்வு?' என்று கேட்கிறான்னு வெச்சுக்குங்க; அதுக்கு என்ன பதில்?' என்கிறார்கள்.

என்னிடம் அந்த செங்கல்பட்டு ரசிகருக்குப் பதில் இல்லை. திரைப்படத்தில் பதில் சொல்லியிருக்கிறார்கள். சென்னை ஆடியன்ஸையும் மொபசல் (mofussil) ஆடியன்ஸையும், கிராமத்து மக்களையும், பட்டி தொட்டிகளையும் எல்லாவற்றை யும் ஒட்டுமொத்தமாகக் கூட்டி ஒரு சராசரி எடுத்தால் கிடைக்கும் ஒரு தமிழ்நாட்டு குடிமகனுக்காக படம் எடுக்க வேண்டிய சங்கட நிலையில் இருக்கும் அவர்கள், போட்ட பணத்தைத் திரும்ப எதிர்பார்ப்பதில் நான் வியப்படையவில்லை. ரசிகர்கள் மாற மறுப்பதும், எடுப்பவர்கள் மாற்ற நினைப்பதும் தமிழ் சினிமா வின் புராதன உபாதைகள்; இன்னும் தீரவில்லை.

காயத்ரியின் சென்னை டிஸ்ட்ரிப்யூட்டர்களான இரண்டு இளைஞர்களைச் சந்தித்தேன். அவர்கள் படத்தைத் திறமையுடன் அலசினார்கள். இந்தக் கதையை வேறுவிதமாக எடுத்திருக் கலாம் என்று அவர்கள் சொன்ன வேறு விதம் எனக்கு டிஸ்ட்ரி ப்யூட்டர்களைப் பற்றி இருந்த தப்பு அபிப்பிராயத்தை சரேல் என்று மாற்றியது.

என் நண்பர் கமலஹாசன் 'காயத்ரி'யினாலே உங்க மாதிரி எழுத் தாளர்கள் கதையும் படமா வர ஆரம்பிக்கிறதுதான் முக்கியம். இது ஒரு நல்ல ஆரம்பம். அப்படித்தான் நீங்க நெனச்சுக்கணும். மற்றதை எல்லாம் மறந்துடலாம் என்றார்.

படம் நான் நினைத்ததுபோல் வர வேண்டும் என்றால் அதன் treatmentடையே நான் எழுத வேண்டும் என்று தோன்றுகிறது. சினிமா என்பது ஒரு visual medium என்கிற ஆதார உண்மையை ஏன் பல பேர் புரிந்து கொள்ளவில்லை என்று ஆயாசமாக இருக்கிறது.

பஞ்சு அருணாசலத்திடமும் பாஸ்கரிடமும் எனக்கு எந்தவிதச் சண்டையும் இல்லை. அவர்கள் கோணத்தை என்னால் உணர முடிகிறது.

'காயத்ரி'யின் மூலம் எனக்கு ஏற்பட்ட புதிய நட்புகளை நான் முக்கியமாகக் கருதுகிறேன். அனந்து போன்ற டைரக்டர்களிடம் பேசிக் கொண்டிருக்கும்போது சில ஆச்சரியங்கள் வெளிப்படு கின்றன. ஒரு திரைக்கதையை நான் எழுதி, அதை பாலசந்தர் இயக்குவதற்கு வாய்ப்பும் ஏற்பட்டிருக்கிறது.

ஒரு சினிமா எடுப்பதின் பற்பல வேதனைகளில் ஒரு நாவலுக் குரிய சமாச்சாரம் இருக்கிறது.

பிலிமாலயா — 1977

5. சினிமாவும் கம்ப்யூட்டரும்

கம்ப்யூட்டர் என்றவுடன் உங்கள் நினைவுக்கு வருவது எது? ரோபோ போன்ற யந்திர மனிதனா? அல்லது ஒரு ரூமில் டேப் ரிக்கார்டர் போன்ற சமாச்சாரம் வைத்துத் தானே ஓடிக் கொண்டிருக்கும் டைப்ரைட்டர் கொஞ்சம் கொஞ்சம் டெலி விஷன் போல...? கம்ப்யூட்டர் என்றதும் உங்களுக்கு ஒரு பிம்பம் ஏற்படுகிறதென்றால் அதற்குக் காரணம் சினிமாதான். உங்களில் மிகப் பெரும்பாலானவர்களுக்கு ஒரு கம்ப்யூட்டரைப் பார்க்கச் சந்தர்ப்பம் ஏற்பட்டிருக்காது. பார்த்தாலும் ஸ்ரீதேவி அல்லது லதா அல்லது ஷோபாவைப் பார்க்கிற மாதிரி அவ்வளவு சுவாரஸ்யமாக இருக்காது. நீங்கள் பார்த்த கம்ப்யூட்டர்கள் எல்லாம் சினிமாவில் அதுவும் இங்கிலீஷ் சினிமாவில்தான் பார்த்திருப்பீர்கள். தமிழ் சினிமா உலகில் கம்ப்யூட்டரைப் பற்றி, அதன் சாத்தியங்களைப் பற்றித் தெரிந்தவர்களை நான் இதுவரை சந்திக்கவில்லை. கமலஹாசன் ஒருமுறை பெங்களூர் வந்திருந்த போது என்னிடம் பிரத்தியேகமாகத் தன்னை அழைத்துச் சென்று கம்ப்யூட்டரைக் காட்டச் சொன்னார். கம்ப்யூட்டர்கள் சினிமா வில் பற்பல துறைகளில் உபயோகப்படும் சாதனம். மேல் நாடு களில் அதன் ஆதிக்கம் பரவாத துறையே இல்லை. சினிமாவிலும் கம்ப்யூட்டரை வைத்துக் கொண்டு பற்பல சாகசங்கள் செய்கிறார் கள். கம்ப்யூட்டர் என்றால் என்ன என்று என்னால் ஒரு முழுக் கட்டுரை எழுத முடியும். இந்த இடத்தில் அது நியாயமில்லை. ஏதோ தீபாவளி இதழைப் புரட்டி ஒன்று இரண்டு பொம்மை பார்த்துவிட்டு எந்த நடிகைக்கு எந்தெந்த இடங்களில் மச்சம் என்று அதிகம் மூளைத் தொந்தரவு கொடுக்காத விஷயங்களைப் படிக்க ரூபாய் கொடுத்து வாங்கினால், இவன் என்னடா

அரித்மெட்டிக் லாஜிக் யூனிட் ரிஜிஸ்டர் டிரான்ஸ்ஃபர் என்று உளறுகிறான் என்று கோபித்துக் கொள்ளும் வாய்ப்பிருந்தால கம்ப்யூட்டர் எப்படி வேலை செய்கிறது என்று எழுதப் போவ தில்லை. பயப்படாதீர்கள். பின்னென்ன?

2001: A Space Odyssey என்கிற படத்தை நீங்கள் பார்த்திருப் பீர்கள். அந்தக் கதை பார்த்து உங்களுக்குப் புரிந்திருந்தால்... HAL என்கிற ராட்சச கம்ப்யூட்டர் படத்தில் வில்லனாக நடிக்கிறது. கடைசி சீனில் அதன் ஞாபக அடுக்குகளை ஒவ்வொன்றாகப் பிடுங்கும்போது 'வேண்டாம்பா, வேண்டாம்' என்று சாவி தீர்ந்துபோன கிராமபோன் போலக் கெஞ்சுகிறது.

ரேபோ என்கிற இயந்திர மனிதர்கள்தான் முதலில் சினிமாவில் நடிக்க ஆரம்பித்தன. ஃப்ரிட்ஸ் லாங் என்பவரின் மெட்ரா பொலிஸ் என்கிற 1926 வருஷப் படத்தில்தான் முதன்முதல் ஒரு மனித எந்திரம் வந்தது. ரோபோ அதுவும் பெண் எந்திரம். அதற்கப்புறம் வெகு நாட்கள் ஹாலிவுட் படங்களில் கம்ப்யூட்டர் வந்ததாகத் தெரியவில்லை. 1951ல் வெளியான The day the Earth Shood Still என்கிற படம் அடுத்தது என்று நினைக்கிறேன் (நடுவில் ஒன்றிரண்டு விட்டுப் போயிருக்கலாம்). Forbidden Planet என்ற படத்தில் கம்ப்யூட்டருக்கு ராபி என்று பெயர். Star Wars என்கிற படத்தில் ரோபோ இரட்டையர்களைச் சந்தித்திருப் பீர்கள். C2 P0 R2 D2 என்கிற பெயர் வைத்து ஸீ த்ரி பீயோ ஆர்ட்டு டேட்டு என்று வேடிக்கையாக அழைத்தார்கள். ஸீ த்ரி ஒரு இங்கிலீஷ் பட்டர் மாதிரிப் பேசியது. ஸீ த்ரி சங்கேத பாஷையில் ட்விக் ட்விக் என்று பேசி இந்த இரண்டு நடிகர்களும் அமெரிக்கா வில் மிகப் பிரலமானார்கள்.

West World, Sleeper, Future World என்கிற படங்களில் 'ரோபோ'க்களும் கம்ப்யூட்டர்களும் நிறைய நடித்தன. West World படத்தில் நிஜ மனிதர்களும் குதிரைகளும் மிஷின்கள் போல நடித்து நடுங்க வைத்தார்கள். உங்களில் சிலர் பார்த்திருக் கலாம். யூல் பிரின்னரின் மெஷின் போன்ற நடிப்பும் ஜொலிக்கும் கண்களும் ஞாபகம் இருக்கும். இந்த வருஷம் வெளியாகப் போகும் Buck Rogers படத்தில் ட்விக்வி என்கிற கம்ப்யூட்டர் பிரதான பாகம் வகிக்கிறது. 1984, Alphaville போன்ற படங்களில் பிரபஞ்சத்தையே ஒரு ராட்சச கம்ப்யூட்டர் அரசாள்வதாகக் கருத்து. The Furbin Project, வால்ட் டிஸ்னியின் The Computer Wore Tennis Shoes போன்ற படங்கள் சற்று வேடிக்கையான

படங்கள். Demon Seed என்கிற படத்தில் ஜுலி கிறிஸ்டியைக் கற்பழித்தது ஒரு கம்ப்யூட்டர். The Phynx, ஸ்வீடன் நாட்டு Gladiators போன்ற படங்களில் எல்லாம் கம்ப்யூட்டரைப் பற்றி நிறைய ரீல் விடுகிறார்கள். Flash Gordon என்கிற படம் கம்ப்யூட்டர் தந்திரக் காட்சிகளுக்காகப் பாராட்டப்பட்டது. சினிமாவில் நடித்த கம்ப்யூட்டர்கள் பற்றிச் சொன்னேன். சினிமா எடுப்பதில் பின்னணியில் கம்ப்யூட்டர்களை எவ்விதம் உபயோகிக்கிறார்கள் என்று பார்க்கலாம்.

திரைக்கதை வசனம் - கம்ப்யூட்டர்

ஹாலிவுட் எழுத்தாளர்கள் சிலர் கம்ப்யூட்டரின் உதவியால் திரைக்கதை தயாரிக்கிறார்கள். அதற்கு வேண்டிய தகவல்கள் அனைத்தும் டெலிபோன் கம்பி இணைப்பின் மூலமே எழுத்தாளரின் வீட்டிலேயே கிடைக்கும். வசனத்தை மட்டும் எழுத்தாளர் டைப் அடிப்பார். கதை, திரைக்கதைக்கு ஏற்ப திருத்தி, திருப்பி அடித்துக் கொடுக்கிறது கம்ப்யூட்டர். முழு ஸ்கிரிப்ட் இல்லாமல், அவர்கள் ஓர் அடிகூட எடுக்க மாட்டார்கள். இந்த கம்ப்யூட்டர் சாதனத்திற்கு Word Processing என்று பெயர். தமிழ் சினிமாவிற்கு இது தேவையில்லை. நம்மவர்கள் ஸ்கிரிப்ட் இல்லாமலேயே எடுப்பதில் விற்பன்னர்கள்.

அரங்க அமைப்பு கம்ப்யூட்டர்

சினிமாவிற்கு செட் போடுவதும் மிகவும் பண விரயமாகும் விஷயம். சில செட்டுகள் போட அவர்களுக்குப் பத்து லட்சம் டாலர் கூட ஆகும். இதற்கு ஆகும் செலவைக் குறைக்க கம்ப்யூட்டரை உபயோகப்படுத்துகிறார்கள். சமீபத்தில் வெளியாகப் போகும் Star Track என்கிற படத்திற்கு இந்த முறையைப் பயன்படுத்தினார்கள்.

முதலில் செட்டின் படத்தை ஒரு காகிதத்தில் வரைந்து கொள்வார்கள். Evans and Sutherland Picture System என்கிற கம்ப்யூட்டர் சாதனம். அதற்கு இந்த செட் பற்றிய விபரங்களைத் தருவார்கள். டெலிவிஷன் திரை மாதிரி இருக்கும். ஒளிப் பேனா ஒன்று இருக்கும். அதைத் தொட்டு திரை மேல் எலக்ட்ரானிக் சித்திரம் வரையலாம். செட்டை அதில் வரைந்து காட்டுவார்கள். அப்புறம் கம்ப்யூட்டரே கேட்கும். எந்த எந்த இடத்தில் காமிராவை வைக்கப் போகிறீர்கள். காமிரா எப்படி எல்லாம் நகரும் என்று

அந்த விவரங்களைத் தந்ததும் கம்ப்யூட்டர் செயல்படும். காமிராவின் பார்வையில் அந்த செட்டில் விழப்போகும் பகுதிகள் எவை? அவ்வளவு நுட்பமாக விழாத பகுதிகள் எவை? என்று கண்டுபிடித்துப் பட்டியலிடும். செட்டில் இன்னின்ன பகுதிகளை அமைத்தால் போதும். செட்டில் பல பகுதிகளை நீங்கள் அமைக் கவே வேண்டாம். உதாரணமாக அந்த மேஜை வேண்டவே வேண்டாம். காமிராவின் பார்வையில் விழுவதில்லை அது. அப்புறம் அந்தச் சுவருக்குப் போய் அவ்வளவு பாடுபட வேண் டாம். ஏனெனில் Cameraவின் Focusலிருந்து தள்ளி இருக்கிறது. அதற்கு Matte Effect கொடுத்தால் போதும். இப்படிப் பல்லாயிரக் கணக்கான டாலர்கள் மிஞ்சுகிறது, கம்ப்யூட்டரை செட் அமைக்கச் சொல்லும்போது.

ஒலிப்பதிவு

தமிழ்ப் படங்களில் 'டிஷ்யும் டிஷ்யும்', குதிரைக் குளம்பு போன்ற பிரத்தியேக ஒலிகளை எழுப்புவதற்கே ஒரு கோஷ்டி இருக் கிறது. எல்லாவற்றையும் ஏதோ மாரிசாமியோ, மாடசாமியோ வாயில் பண்ணுகிறார்கள் என்று கேள்வி. அல்லது ஏதோ ஒரு சுந்தரேசன் டேப்புத் துண்டுகள் வைத்திருப்பார்கள். அவர்கள் வந்தால்தான் இந்த டேப்புகள் கிடைக்கும். பூட்டி வைத்திருப் பார்.

யோசித்துப் பார்த்தால் சினிமாவுக்கு எத்தனை பின்னணி சப்தங்கள் தேவையாக இருக்கின்றன பாருங்கள். இருள் என்றால் நாய் குலைப்பது தேவையாக இருக்கும். அதேபோல் கார் கதவு திறப்பது, சாத்துவது, குழந்தை அழுவது, கூக்குரலிடுவது என்று பல எஃபெக்டுகள் தேவையாக இருக்கின்றன. இதுவரை டெக்னீஷியன்கள் இவைகளை டேப்பில் பதிய வைத்துத் தேடித் தேடி அதை மிக்ஸ் செய்து ஒட்ட வைத்துக் கொண்டிருந்தார்கள். இப்போது இந்த வேலைக்கு கம்ப்யூட்டரை உபயோகப்படுத்து கிறார்கள். Access (Automatic Computer Control of Editing and Storage of Sounds) என்று பெயர். ஒரு டெலிவிஷன் திரை இருக்கும். அதன் முன் டைப்ரைட்டர் போன்ற கீ போர்டு, இதை டெர்மினல் என்று சொல்லுவார்கள். உமக்கு நாய் குலைக்க வேண்டுமா? 'நாய் குலைப்பது' என்று டைப் அடியுங்கள். கம்ப்யூட்டர் கேட்கும் 'சீமை நாயா? சொறி நாயா?'

'சொறி நாய்?'

'அடிபட்டதா?'

'ஆம்!'

'தூரத்திலா?'

'ஆம்!'

'எத்தனை செகண்டுக்கு?'

'எட்டு செகண்டுக்கு!'

அவ்வளவுதான். 'நேராக ஒரு தடவை சாம்பிள் பார்க்கிறீரா' என்று கேட்டுவிட்டால் நாய் குரைக்கும் ஒலி கேட்கும். ஓ.கே. என்று அடித்தால் உடனே மாஸ்டர் பிரிண்ட் பதிவடைவதற்கு சவுண்ட் ரெடி!

ஒளிப்பதிவு கம்ப்யூட்டர்

கம்ப்யூட்டர். காமிரா வேலைகூடச் செய்கிறதா என்று நிவாஸ் போன்றவர்கள் பயப்பட வேண்டாம். அதற்கு இன்னும் வர வில்லை. ஆனால், கலர் பிராஸஸில் உபயோகமாகிறது. ஒரு உதாரணம் சொல்லுகிறேன். ஒரு வெளிப்புறக் காட்சி. அது தொடர்ந்து நேர்த்தியாக எடுக்கப்படுவதில்லை. பற்பல தினங் களில் எடுக்கப்படுகின்றன. காலை, மாலை, மேக மூட்டம் என்று சமய சந்தர்ப்பத்திற்குத் தகுந்தாற்போல் வர்ணங்களில் தராதரங் கள் ஏற்படும். இந்தத் தராதரங்களைச் சீராக்கிவிட்டு எடுக்க வேண்டும். நெகட்டிவ்களை பிராசஸ் செய்கையில் ஒரு டெக்னீ ஷியன் அதன் ஆதார வர்ணத் தராதரங்களை ஒரு கருவியால் அளந்து எண்களாகக் குறித்துக் கொள்கிறார். இந்தக் குறிப்பு எண்களை ஒரு கம்ப்யூட்டருக்குக் கொடுக்கிறார்கள். மறுபடியும் டெலிவிஷன் போன்ற டெர்மினல் மூலம், கம்ப்யூட்டர் ஃபிரேமுக்கு ஃபிரேம் இருக்கும். வர்ண வித்தியாசங்களைக் கணக்கிட்டுச் சமன்படுத்தி எந்த நேரப் பகுதிகளைச் சரிசெய்ய வேண்டும் என்று தீர்மானித்து அதற்கேற்றவாறு ஒரு பேப்பர் டேப்பில் சங்கேத பாஷையில் கட்டங்களைத் தந்துவிடுகிறது. அந்த டேப்பை அப்படியே பிரிண்ட் எடுக்கும் மிஷினுக்குக் கொடுத்து விடுவார்கள்.

இந்தத் திட்டத்தில் ஒரு சௌகரியம். ஒரு டேப் தயாராவதற்கு முன்பு சவுண்ட் எடிட்டிங் செய்வதுபோல வர்ண வித்தியாசங்

களையும் எடிட் செய்யலாம். எந்த எந்த இடத்தில் மாற்ற வேண்டும் என்று கம்ப்யூட்டரிடம் சொல்லலாம். இந்த வகையில் புதிய எஃபெக்டுகள் கொண்டு வரலாம். எல்லா மாற்றங்களும் செய்த பிற்பாடு ஒரே ஒரு டேப் வெளிப்பட அதை நாம் பயன்படுத்திக் கொள்ளலாம்.

இசை கம்ப்யூட்டர்

சின்தஸைஸர் என்று ஒரு சாதனத்தைப் பிரபல இசைக் குழுவினர்கள் உபயோகிக்கிறார்கள். இது கம்ப்யூட்டர் அலை. ஆனால், நாம் நினைத்துப் பார்க்க முடியாத பற்பல ஓசைகளை, ஒலிகளை வெளிப்படுத்த சின்தஸைஸர் உபயோகப்படும். அதேபோல் Rhythm ஜெனரேட்டர் என்பது திரும்பத் திரும்ப உபயோகப் படும் தாளங்களைத் தானாகவே வாசிக்கும் இயல்புடையது. நவீன சின்தஸைஸர்களில் மைக்ரோ கம்ப்யூட்டர் என்கிற குட்டி கம்ப்யூட்டர்கள் உபயோகப்படுகின்றன. அதில் இளையராஜா ஒரு பாடலை கம்போஸ் செய்கிறார் என்று வைத்துக் கொள்ளுங்கள். அதன் நோட்ஸ் ஒன்றும் எழுத வேண்டாம். Memory என்று தட்டி விட்டு அவர் கற்பனையைப் பறக்கவிட்டு வாசித்தால் அது தானாகவே பதித்துக் கொள்ளும். 'திருப்பி வாசி' என்று ஆணை பிறப்பித்தால் தாளம் Chords எல்லாவற்றுடன் திருப்பி வாசித்துக் காண்பிக்கும். அவ்வப்போது அதில் மாறுதல்கள் செய்யலாம். கடைசியில் ஒவ்வொரு வாத்தியக்காரர்களுக்கும் நோட்ஸ் குறிப்புடன் ஷீட் அடித்துக் கொடுத்துவிடும். விலையைக் கேட்காதீர்கள். அதற்கு Computer Assisted Composition என்று பெயர்.

துணை நடிகர்கள் கம்ப்யூட்டர்

ஹாலிவுட்டில் ஆயிரக்கணக்கான துணை நடிகர்கள் இருக்கிறார்கள். அவர்கள் பெயர், உடல்வாகு, குண்டு, ஒல்லி, வயசு என்ன, திறமைகள் (பாணா வீசுவார், பிளேட் முழுங்குவார், விசில் அடிப்பதில் மன்னன்) என்றெல்லாம் விவரங்கள் முன்பெல்லாம் ஒரு புரொடக்ஷன் மானேஜரின் அழுக்கு டயரியில் இருக்கும். இப்போது கம்ப்யூட்டர்! மறுபடி டெர்மினல் செய்து அதனருகே டைப் அடிக்க வேண்டும்.

'ஐந்தடி எட்டு அங்குலம் உயரம். ஒரு கண் இல்லாத சைனாக்காரன், ஆறு விரல் இருக்க வேண்டும்' என்று அடித்தால்...

‘ஓ! இருக்கிறானே. Varz Bakle விலாசம் இதோ’ என்று பதிலுக்கு அடிக்கும். ஒரு கணம்தான். அது மட்டுமல்ல. அந்த ஆசாமியிடம் ஓர் அழகான கருநீல கோட்டு இருக்கிறது. ஒரு கட்டு விரியன் பாம்பு இருக்கிறது என்று கொசுறாக அடிக்கும். துணை நடிகர்கள் எத்தனை பேர் ஜாதகத்திற்கும் ஒரு குட்டி கம்ப்யூட்டர் போதும்.

டைட்டில் அனிமேஷன் / கம்ப்யூட்டர் கிராஃபிக்ஸ்

டெலிவிஷன் படங்கள், துண்டுப் படங்கள், விளம்பரப் படங்கள் இவைகளில் எல்லாம் நடனமாடும் - நடக்கும் - தவழும் - பெரிசாகும் எழுத்துக்கள் ஓடிவருவது, ஒரு புள்ளி உருண்டு வருவது போன்ற ஒரு சமாசாரத்துக்காக ஸின்தாவிஷன் என்று ஒன்று விற்கிறார்கள்.

அதுமட்டும் இல்லாமல் கம்ப்யூட்டரை வைத்துக்கொண்டு மார்டன் ஆர்ட்போல விசித்திர வர்ணக் கோலங்கள் வரைய முடியும். இத்துடன் கார்ட்டூன் படம் எடுக்கும் அனிமேஷன் முறைகளையும் பயன்படுத்தி பல கலைஞர்கள் பரீட்சார்த்தமாகச் சில படங்கள் எடுத்திருக்கிறார்கள் (உதாரணத்திற்கு கம்ப்யூட்டர் வரைந்த ஒரு கோலம்).

கமலஹாஸனும் நானும் இப்படி ஒரு துண்டுப் படம் எடுக்க இரண்டு வருடங்களாகப் பேசிக் கொண்டிருந்தோம். நான் ரெடி.

6. சுஜாதாவுடன் ஒரு டிஸ்கஷன்

சுஜாதாவின் 'கனவுத் தொழிற்சாலை' ஒரு புதுமைத் தொடர் கதை.

இந்தக் கதை முழுக்க முழுக்கப் பட உலகையே பின்னணியாகக் கொண்டு பின்னப்பட்டிருக்கிறது. இந்தக் கதையின் முதல் அத்தியாயத்தை நடிகை லட்சுமியிடமும், டைரக்டர் மகேந்திர னிடமும் கொடுத்துப் படிக்கச் சொன்னோம். பிறகு சுஜாதாவுடன் விவாதிக்கச் சொன்னோம். அவர்களோ கதையைப் பற்றி மட்டும் அல்லாமல் பொதுவாக சினிமா உலகைப் பற்றியும் இங்கே சுவையாக அலசியிருக்கிறார்கள்.

நடிகை
லட்சுமி : உங்க கதையின் முதல் அத்தியாயத்தைப் படிச் சேன். ஆரம்பத்திலேயே 'நன்றாகத் தெரிந்தவர் கள், தெரிந்தவர்கள், குறைவாகத் தெரிந்தவர்கள் இவர்களைப் பற்றி இல்லே இந்தக் கதை'ன்னு ஒரு 'எக்ஸ்கியூஸ்' கேட்டிருக்கீங்களே. அதுக்கு என்ன அர்த்தம்?

சுஜாதா : தெரிஞ்சவங்களைப் பத்தி எழுதறது ரொம்ப சுலபம். படிக்கறவங்களும் நான் யாரை வச்சு எழுதறேங்கறதைக் கண்டுபிடிச்சிடுவாங்க. என் னுடைய 'பர்பஸ்' அதில்லே. நான் ஒரு Eternal தமிழ் ஹீரோவைப் பத்திச் சொல்ல விரும்பறேன். உங்களுக்கே சினிமாவைப் பத்தி எவ்வளவோ தெரியும். உங்களோடு பேசும்போது அதைப்

புரிஞ்சுண்டு, அதையெல்லாம் என் நாவல்லே கொண்டு வர்றதுதான் என் எண்ணம். முதல் அத்தியாயத்திலேயே ஒரு இடத்தில நான் எழுதியிருக்கேன்.

லட்சுமி : *(இடைமறித்து)* சீன் நெ. 67ன்னு வருதே...?

சுஜாதா : ஆமாம்... என் கதாநாயகனுக்கு அந்த சீன் எவ்வளவு அபத்தமாயிருக்குன்னு தெரியுது. அவனுக்குத் தியானம் பண்ணனும்னு ஆசை இருக்கலாம்... நல்ல புஸ்தகம் படிக்கலாம்னு தோணலாம்... கோடார்டோட ஸ்கிரிப்டைப் படிக்கணும்னு ஆசைப்படலாம். ஆனா அவன் தமிழ் சினிமாவிலே மாட்டிக்கிட்டு அவஸ்தைப்படறான். அதிலேருந்து எப்படியாவது வெளியே வரணும்னு துடிக்கிறான்...

டைரக்டர்
மகேந்திரன் : இப்ப உங்க கதாநாயகன் வெறுப்படையற மாதிரி நான் நிறையப் பேரைப் பார்த்திருக்கேன். சாதாரண சீனா இருந்தா அலுத்துக்குவாங்க. எனக்குக் கூட 'பர்ஸனல் டேஸ்ட்' வேற மாதிரி இருக்கு. ஆனா அது மாதிரியான சாதாரணப் படங்கள்தான் ஆடியன்ஸுக்குத் தேவை. நான் வந்து என்னமோ வித்தியாசமா சொல்றேன்னுட்டு 'dry'ஆ, எனக்கே திருப்தி இல்லாமல் படம் எடுக்கக்கூடாது. அப்படிப் படம் எடுக்க விரும்பலை.

சுஜாதா : I agree... I agree...

லட்சுமி : நாம ஸ்டார்ஸைப் பத்திதான் பேசறோம்னு நினைக்கிறான். இந்த ஸ்டார்ஸ் வந்து ஸ்டானில்லாவ்ஸ்கி கோடார்டுபத்தி நினைப்பாங்கன்னு நீங்க நினைக்கிறீங்களா don't think stars will think about that.

சுஜாதா : அப்படியா...?

லட்சுமி : ஸ்டார்ஸ்னு எடுத்துக்கிட்டா அது தமிழா இருக்கட்டும், ஹிந்தியா இருக்கட்டும். இவங்களைப் பத்தியெல்லாம் சொன்னா 'இதெல்லாம் எந்த மார்க்கெட்லே கிடைக்கும்'னுதான் கேட்பாங்க...!

சுஜாதா : நான் அடிக்கடி உபயோகப்படுத்தியிருக்கேன்னா 'நான் படிச்சிருக்கேன்'னு இவன் சொல்லிப்பான்... உண்மையிலே இவன் படிச்சிருக்க மாட்டான்... ஒரு பெருமைக்குச் சொல்லுவான். எவ்வளவோ டைரக்டர்களுக்குத் தெரிஞ்சிருக்கு. அவங்க பேசறதிலேருந்து இவன் தெரிஞ்சுக்கறான்...

லட்சுமி : அப்படிப் பார்க்கப் போனா நிறைய டைரக்டர் களுக்கு இவர்களைப் பத்தித் தெரிஞ்சிருக்கும்.

சுஜாதா : நான் கோடார்ட் ஸ்கிரிப்ட் நிறைய படிச்சிருக் கனே... சினிமா ஸ்கிரிப்ட் எழுதறதுக்காக இல்லே... அவன் எழுத்திலே நிறைய 'ஸர் ரிய லிஸம்' இருக்கும். ஒருத்தன் 'நியூயார்க் டைம்ஸ்' வாங்குவான். அவன் அதைப் படிக்கப் போறான்னு நினைக்கும்போது அதை வாங்கி ஷூவுக்குப் பாலீஷ் போட்டுக்குவான். அவனைப் பொறுத்த வரையிலும் நியூஸ் முக்கியமில்லே... இன்றைய வாழ்க்கைக்கு இதுதான் முக்கியம்னு நினைக் கிறான். அதேமாதிரி ஒரு முட்டையைத் தூக்கிப் போடற மாதிரி காட்டுவான். வெளியே போய் பேசிட்டுத் திரும்பிய பிறகுதான் மறுபடியும் அந்த முட்டை தரையிலேயே விழும்.

லட்சுமி : ஆமா... அந்தப் படத்துலே கோடார்டோட மனைவியே ஆக்ட் பண்ணியிருக்காங்க.

சுஜாதா : இதுமாதிரி எவ்வளவோ இன்ஸ்ட்ரஸ்டிங்கா இருக்கு. எனக்குத் தெரிந்து எவ்வளவோ டைரக்டர்ஸ் படிக்கறவங்க இருக்காங்க. அதைக் கேட்டுத் தெரிஞ்சுக்கிட்ட ஸ்டார்ஸும் அதைப் படிச்சதா சொல்லிப் பெருமைப்பட்டுக்கறாங்க...

மகேந்திரன் : இப்ப நீங்க நினைக்கற மாதிரி ஆர்ட்டிஸ்ட் இருக் காங்க... ஆனா அவங்க எல்லாம் ஸ்டார்ஸ் இல்லே...

சுஜாதா : ஒரு எழுத்தாளன்கிற உரிமையிலே அந்த ஆர்ட் டிஸ்ட், ஸ்டார்ஸ் இரண்டு பேரையும் இணைக் கறதுக்கு எனக்கு உரிமை உண்டுன்னு நினைக்க றேன். அது மாதிரியான ஒரு கதாநாயகன் இப்ப

இல்லாமல் இருக்கலாம். ஆனா பிற்காலத்திலே யாராவது ஒருத்தர் அப்படிப் பிறக்கலாம் இல்லையா?

லட்சுமி : நான் ஒண்ணு உங்களைக் கேட்கணும். உங்க கதையிலே வர்ற ஹீரோஸ் எல்லோரும் ஒரே மாதிரியாக இருக்காங்களே... எல்லாரும் ஒரு 'இண்டலச்சுவல்' டைப்... 'வானம் எனும் வீதி யிலே' ஹீரோ மாதிரி... லாயர் கணேஷ் மாதிரி... கட்... கட்... டயலாக்ஸ்... இந்தக் கதையோட ஹீரோவாவது ஒரு 'Common Hero'வா ஏன் இருக்கக் கூடாதா?

சுஜாதா : நீங்க கொஞ்சம் அவசரப்படறீங்கன்னு நினைக் கிறேன். இந்த ஒரு அத்தியாயத்தை வச்சிக்கிட்டு எந்த முடிவுக்கும் வந்துடக் கூடாதில்லையா?

லட்சுமி : ஆமா... ஆமா... ஒரு ரீலைப் பார்த்துட்டுப் படத்தை ஜட்ஜ் பண்றது எவ்வளவு தப்போ, அது மாதிரிதான் இதுவும்... என் கையிலே முதல் அத்தியாயம்தான் கொடுத்தாங்க!

சுஜாதா : என் கையிலேயும் இப்ப ஒரு அத்தியாயம்தான் இருக்கு.

லட்சுமி : ஆனா ஆரம்பத்திலேயே அவன் எப்படிப்பட்ட வன்னு புரிஞ்சு போச்சே! இனிமே மாற முடியாதே... அருணும் பாஸ்கரும் இப்படித்தான் இருப்பாங்கன்னு கோடிட்டுக் காட்டியிருக்கீங்க... அதனால்தான் இந்தக் கேள்வியைக் கேட்க வேண்டியதாப் போச்சு. இவ்வளவு இன்டலி ஜென்டா இருக்கிறவங்க இப்ப மார்க்கெட்லே சக்ஸஸ்புல்லா இருக்க முடியாது. இப்படிப் பேசிண்டு, இப்படி நடந்துண்டா அவனை யாரும் கூப்பிட மாட்டாங்க...

மகேந்திரன் : இப்ப மார்க்கெட்லே உள்ளவங்க எல்லாம் இன்டலிஜென்ட் இல்லேங்கறீங்களா?

லட்சுமி : அப்படி நான் சொல்லலை. அப்படிச் சொன்னா நானும் ஒரு முட்டாள்னு ஒத்துக்க வேண்டியதா வரும்...

சுஜாதா : என் கேரக்டர்ஸ் இன்டலிஜென்டா இருக்காங் கன்னா ஓரளவுக்கு நான் இன்டலிஜென்ட்... என்ன இருந்தாலும் என்னுடைய எழுத்திலே என் னுடைய 'ஒரு பார்ட்' இருக்கத்தானே செய்யும். நீங்களே ஒரு கதாபாத்திரத்திலே நடிக்கறப்போ, உங்களுடைய ஏதோ ஒரு 'சுய அம்சம்' அதிலே கொஞ்சம் இருக்கத்தானே இருக்கும்.

லட்சுமி : நீங்க சொல்றது உண்மைதான். அது தவிர்க்க முடியாதது!

சுஜாதா : அதேமாதிரி என்னுடைய எழுத்திலே நான் இருக்கத்தான் இருப்பேன். நான் எழுதறதே ஒரு ஆத்ம திருப்திக்காகத்தான். இப்ப நான் உங்களையே என் கதாநாயகியாக வச்சு எழுதறேன்னு நினைச்சுக்குங்கேளன். அவ படிச்சவ, இன்டலி ஜென்ட்னு சொல்றதாலே எந்த ரியலிஸமும் போயிடலியே!

லட்சுமி : தாங்க்யூ... நீங்கள் ஒருத்தராவது என்னை இன்டலிஜென்ட்னு ஒத்துக்கிட்டீங்களே!

சுஜாதா : எனக்கு ரொம்ப ஆச்சரியமாயிருக்கு... நீங்க கோடார்ட் படிச்சிருக்கீங்க... அவர் படத்தைப் பார்த்து ரசிச்சிருக்கீங்க...

மகேந்திரன் : இப்ப நீங்களே உங்க கேள்விக்குப் பதில் சொல்லிட்டீங்க. ஸ்டாராக இருந்தும் இதெல்லாம் உங்களுக்குத் தெரிஞ்சுருக்கே...

லட்சுமி : நோ... நோ... நான் ஸ்டார்ங்கிற முறையிலேயே இந்தக் கேள்வியைக் கேட்கலே. சாதாரண ஒரு வாசகர் என்ற முறையில்தான் கேட்டேன்...

மகேந்திரன் : இப்போ நீங்க எழுதப்போற இந்தக் கதையிலே உங்க ஹீரோவோட கேரக்டர் எப்படி? இல்லே இப்படிக் கேட்கறேன்... ஜெனரலா தமிழ் சினிமா ஸ்டார்ஸைப் பத்தி நீங்க என்ன நினைக்கறீங்க?

சுஜாதா : நான் நினைக்கிறேன்... 'A guy with the swimming pool and the worried lookனு பாப்ஹோப் எழுதின கொட்டேஷனைத்தான் சொல்லணும். அதாவது ஆடம்பரமான வாழ்க்கை... மனக் கவலை...

மகேந்திரன் : இது ஸ்டார்ஸுக்கு மட்டுமில்லே...

சுஜாதா : ஆமா... எல்லோருக்குமே இருக்கு. டைரக்டருக்கு... ஏன்... ரொம்பக் கவலைப்படறவர் அந்த புரொடக்ஷன் மானேஜர்தான்... அவருக்கு பிரஷர் ஜாஸ்தி... இவருக்குத்தான் முதல்லே 'அல்ஸர்' வரும்!

லட்சுமி : அவருக்கு மட்டுமில்லே... அது எல்லோருக்குமே இருக்கு.

சுஜாதா : சினிமா ஹீரோவுக்கு முக்கியமா ஒரு 'பிரைவஸி' இல்லை. இது ஒரு பெரிய இழப்புன்னு நான் நினைக்கிறேன். இப்ப உங்களையே எடுத்துக்குங்க... எல்லாரையும்போல தனியா போய் உங்களாலே கடைத்தெருலே நின்னு ஏதாவது வாங்க முடியுமா?

லட்சுமி : அது அவன் தன்னுடைய செல்வாக்குக்கும் புகழுக்கும் கொடுக்கிற விலைன்னு தெரியலையா உங்களுக்கு... You can't have the cake and eat it too. அவங்க இந்த சினிமா பீல்டுலே நுழையும் போதே தெரிஞ்சு கேட்டு வாங்கிக்கிட்டதுதானே? அது எப்படி இழப்பாகும்?

சுஜாதா : நீங்க சொல்றது சரிதான்... எனக்குக்கூட ஒரு சின்ன அனுபவம் ஏற்பட்டுது... நான் சில பேருக்கு விளையாட்டா ஆட்டோகிராப் போட்டுக் கொடுத்தேன். முதல்லே பத்து, நூறு ஆச்சு... நூறு ஆயிரமாச்சு. பெரிய கூட்டம் சேர்ந்து போச்சு. எல்லோரும் ஒழுங்காத்தான் நடந்துகிட்டாங்க. ஆனா அங்கே 'Collective Violence' இருந்தது. அவனவன் மேலே கையை வைக்கப் பார்த்தான்... ஒரு முடி வேணும்னான். கொஞ்சம் ஏமாந்தா மொட்டையே அடிச்சிருப்பாங்க. சினிமா கதாநாயகர்களைவிட பாப்புலாரிட்டி விஷயத்திலே ரொம்பக் கம்மியாயிருக்கிற எனக்கே இப்படி இருக்குன்னா, ஸ்டார்ஸை நினைச்சுப் பார்த்தா ரொம்ப வியப்பா இருக்கு. எல்லோரையும்போல நாமும் இருக்க முடியலேங்கற ஒரு ஏக்கம் அவங்களுக்கு வந்துடும்னு நினைக்கிறேன்.

மகேந்திரன் : இப்ப இன்னொரு இது ஆரம்பிச்சுருக்கு... அதாவது, ஸ்டார் பின்னாடி கூட்டம் வருது... ஸ்டாரைப் பார்க்கறது... போறது... வர்றது... டைரக்டர்கள் கிட்டே இது உள்ளூர ஒர்க் பண்ணிக்கிட்டே இருக்கு... 'நாமதான் இவனை ஸ்டாராக்கினோம்... நம்ம ஸ்கிரிப்ட் இல்லாம இருந்திருந்தா இவனைத் தூக்கிப் போட்டிருப்பாங்க இண்டஸ்டிரியிலே... ஆனா நாம்ப வெறுமனே போய்க்கிட்டு இருக் கோம்... அவனைச்சுத்திதான் கூட்டம் இருக்கு... இப்படி ஒரு ஃபீலிங் வருமா இல்லியா...?

லட்சுமி : உண்மைதான்!

மகேந்திரன் : அதனாலே நாங்க புதுமாதிரியா படம் எடுக்கறோம் கிற போர்வையிலே புது ஸ்டார்ஸ் போட்டுக் கிட்டிருக்கோம்.

லட்சுமி : எக்ஸ்கியூஸ்மீ... இவர் கதை எழுத நீங்க நிறைய விஷயம் சொல்லிக்கிட்டு இருக்கீங்க. கேள்வி கேட்கறதுக்குப் பதிலா You are giving more stuff to him.

சுஜாதா : I am very happy எனக்கு இதுதான் தேவை. இப்போ பேசற டயலாக் எல்லாத்தையுமே நான் நிறைய யூஸ் பண்ணப் போறேன்...

மகேந்திரன் : ஸ்டார்ஸைச் சுத்தி ஒரு நாலு பேர் நின்னுக்கிட்டு 'அண்ணே... நீங்க இந்தப் படத்திலே கொன்னுட் டீங்க அண்ணே... இந்தப் படத்தோட அந்த ஸ்டார் அவுட்டு'ன்னு சொல்வாங்க... இவனுக்கு நல்லாத் தெரியும். இது 'வெறும் பேச்சு'ன்னு. இதைத் தாங்கி சகிச்சுக்கிட்டிருக்கான் பாருங்க. அதான் உண்மையிலேயே கஷ்டம்! அதோடுகூட ஒருநாள் அவனோட 'க்ளோரி' முடியப் போகுதுன்னு அவனுக்குத் தெரியும்... இதெல் லாம் அவனோட முக்கியமான கவலை...

சுஜாதா : ஆமா...ரொம்ப சரி. இந்த பீட்டீல்ஸ்'னு பாடகர்கள் இருக்காங்களே... ஒரு சமயம் அவர்களோட வரு மானம், பிரிட்டனுடைய மொத்த ராணுவ பட் ஜெட்டுக்கு மேலே இருந்தது... அப்ப அவங்களைப்

பார்த்து, 'இப்ப நீங்க என்ன நினைக்கிறீங்க'ன்னு கேட்டபோது 'We are preparing for the fall'னு அவங்க சொன்னாங்க. அப்படி அந்த வீழ்ச்சியைத் தாங்கறதே பெரிய விஷயம். அதேமாதிரி என் கதா நாயகன் அருண் போய் ஆறுமுகம் வந்திருப்பான். அவன் பின்னாடி இந்தக் கூட்டம் சுத்திக்கிட்டிருக்கும்... சில பேராலே இந்த வீழ்ச்சியைச் சுலபமாக ஒத்துக்க முடியாது. ரிடையரானவர்களுக்கெல்லாம் மறுநாள், 'என்ன இது, நாம இல்லாமலே அந்த ஆபீஸ் நடக்காதே'ன்னு ஆச்சரியமாயிருக்கும். சில பேருக்கு ஹார்ட் அட்டாக்கே வந்துடுது... இதோ, இப்ப நான் நிறைய எழுதிக்கிட்டிருக்கேன். இன்னும் மூணு வருஷம் கழிச்சு, 'ஐ மே நாட் பி வான்டட்'. வேற ஒருத்தன் வந்து என் இடத்தை நிரப்பி விடுவான். நான் அதுக்கு இப்பவே என்னைத் தயார் பண்ணிக்கலேன்னா அந்தச் சமயத்திலே ரொம்பக் கஷ்டப்படுவேன்...

லட்சுமி : பிலிம் ஹீரோவை சப்ஜெக்டா வச்சிக்கிட்டு நாவல் எழுதலாம்னு உங்களுக்கு எப்படி inspiration வந்தது?

சுஜாதா : இப்ப நிறைய சினிமாக்காரர்களோட பழகற சந்தர்ப்பம் கிடைச்சுது. அதனாலே எனக்கு இத எழுதணும்னு ஆர்வம் வந்தது. ஒரு தடவை ஒரு ஹீரோவோட கார்ல போய்க்கிட்டிருந்தேன். எங்கே வண்டியை நிறுத்தினாலும் வண்டியைச் சூழ்ந்துக்கிறாங்க... கண்ணாடிக்கு வெளியே முகங்கள்... முகங்கள்... முகங்கள்... இப்ப நீங்களே நினைச்சுப் பாருங்க... இந்த முகங்கள்ளே ஏதாவது ஒரு முகத்தை ஞாபகம் வச்சுக்க முடியாதா...? அதையே நான் ஒரு அத்தியாயத்தில் எழுதியிருக்கேன். துரை... துரை... ஒரே ஒரு பாட்டுப் பாடேன் என்றது ஒரு மீசை, அருண்... இதில் ஒரு கையெழுத்துன்னு ஒரு பத்து ரூபா நோட்டு... அருண்... அருண் கண்ணா நல்லா நடிக்கிறடா நீ...ன்னு ஒரு கை அவன் கன்னத்தைத் தடவிக் கொடுத்துக் கிள்ளியது. இதெல்லாம்தான் என்னை ரொம்ப fascinate பண்ணுது.

லட்சுமி : உங்க கதைகள்ளே எவ்வளவு சினிமாவா வந்திருக்கு?

சுஜாதா : காயத்ரி வந்திருக்கு. ப்ரியா, நினைத்தாலே இனிக்கும்.

லட்சுமி : Are you happy with all the films?

சுஜாதா : நோ... நாட் அட் ஆல்... அதனாலேதான் இந்தக் கதையை எழுத ஆரம்பிச்சேன்.

லட்சுமி : அவங்க எடுத்திருக்காங்கன்னு நினைக்கிறீங்களா, கெடுத்திருக்காங்கன்னு நினைக்கிறீங்களா?

சுஜாதா : ரொம்ப கெடுக்கறாங்க...

லட்சுமி : ஒரிஜினல் நாவல்களைப் படமாக்கப்பட்டிருப் பதிலே நானும் நடிச்சிருக்கேன். அதுலே ஒண்ணு ரெண்டு நன்னாவும் ஓடிருக்கு... 'காவல் தெய்வம்' படத்திலே நான் நடிக்கும்போது எனக்கு அவ்வளவு 'இன்வால்வ்மென்ட்' கிடையாது. சினிமா உலகைப் பத்தி ஒண்ணும் தெரியாது. ஷூட்டிங் போனா அவங்க கொடுக்கற 'சாக் லெட்லே'தான் எனக்கு இன்ட்ரஸ்ட் அதிகமாக இருந்தது. சினிமாவைப் பற்றித் தெரிஞ்சபிறகு எனக்கும் அதுலே ஒரு முழு ஈடுபாடு வந்தது. 'சில நேரங்களில்...' நடிக்கும்போது ஜெயகாந்த னுக்கும் எனக்கும் arguments வந்திருக்கு... ஆனா அந்தக் கதையைப் பொறுத்தவரைக்கும் அந்த கேரக்டர் இப்படித்தான் பண்ணனும், இப்படித் தான் போகணும்னு ஜெயகாந்தன் பிடிவாதமாக இருந்தார். அதனாலேயேதான் கடைசியிலே அவருக்கு ஒரு திருப்தி இருந்தது. நீங்க ஏன் அப்படி ஒரு பிடிவாதமா இருந்து உங்க எண்ணத்தை நிலைநாட்டியிருக்கக் கூடாது?

சுஜாதா : நான் படத் தயாரிப்பிலே எந்தப் பங்கும் எடுத்துக் கலையே... எனக்கு ஸ்கிரிப்ட்டையும் காட்டலே. ட்ரீட்மெண்ட்டைப் பத்தியும் சொல்லலே...?

மகேந்திரன் : உங்க கதையோட ட்ரீட்மெண்டைக் காட்ட ணும்னு டிமாண்ட் பண்றீங்களோ?

சுஜாதா : இப்பத்தான் கத்துக்கிட்டிருக்கேன்... ட்ரீட் மெண்டைக் காட்டுங்கன்னு இனிமேதான் கேட்கப் போறேன். அது மட்டுமில்லே. எழுத்திலே வர்றதைப் படிக்கறதைவிட சினிமா பார்க்கறவங்க ஏராளம். பஞ்சு அருணாசலமே சொன்னார். நீங்க ப்ரியாவுக்கு ட்ரீட்மெண்ட் எழுதியிருந்தா ஒரு வாரத்தில் படம் படுத்திருக்கும்'னு.

மகேந்திரன் : அதுக்கு நீங்க என்ன சொன்னீங்க?

சுஜாதா : நான் ஓரளவுக்கு ஒத்துப் போகக்கூடிய நிலையில் தான் இருந்தேன். பாதியிலே ஹீரோயின் காணாமப் போயிடுவா என் கதையிலே... ஹீரோ யின் இல்லாமே என்ன படம்? நான் ஸ்காட்லண்டு யார்டையும் கம்ப்யூட்டரையும் காட்டிக்கிடிருந்தா என்ன படம் அது? தயாரிப்பாளர்கள் ஏதோ ஒரு அளவு வச்சிக்கிட்டிருக்காங்க. செங்கல்பட்டுக்குப் பக்கத்திலே நகரமுமில்லாம கிராமமுமில்லாம ஒரு இடம், அதுலே மூணாவது ஷோ Full ஆச்சுன்னா 25 நாள் போகும்கிறாங்க. நாலாவது ஷோ Full ஆச்சுன்னா 50 நாள் ஓடும்னு சொல் றாங்க! அவங்களுக்கு அவங்க ஆடியன்ஸை நல்லாத் தெரிஞ்சிருக்கு. அவங்ககிட்டே எனக்கு அதுதான் ரொம்பப் பிடிச்சிருக்கு. நம்ம கதையைக் கொடுத்துப் படம் எடுக்கணும்னு கட்டாயம் ஒண்ணும் இல்லியே? பிடிக்கலேன்னா நாம வெளியே வந்துட வேண்டியதுதானே? அதனாலே தான் 'ப்ரியா' வெளியான பிறகு பழி தீர்த்துக்கற மாதிரி நான் ஒரு சில நாவல்கள் எழுதினேன். அதுலே ஒண்ணைக் கூடப் படமாக்க முடியாது.

லட்சுமி : அப்படிச் சொல்ல முடியாது. அதையும் படம் எடுக்கணும்னு நிறைய பேர் வருவாங்களே...? கொடுத்துப் பாருங்களேன்...

சுஜாதா : கொடுத்தேன்னா டைட்டிலை மட்டும்தான் வச்சுக்குவாங்க... கொஞ்சம்தான் சார் மாத்தியிருக் கோம்னு சொல்லி பாரா பாராவா மாத்திக்கிட்டு போவாங்க... எனக்கு உண்மையிலேயே அப்படி நடந்தது. ஆனந்த விகடன்லே 'ஜன்னல் மலர்'னு

கதை எழுதினேன். அதுலே முக்கியமா ஒருத்தன் ஏமாத்தி கல்யாணம் பண்ணிக்கிறான். அவன் ஜெயிலுக்குப் போயிடறான். அவன் இல்லாத போது மனைவி பாவத்திலே வாழறா... இந்தக் கதையை எடுக்கறவங்க சொல்றாங்க. 'நீங்க எழுதியிருக்கிறதை அப்படியே எடுத்திருக்கோம் சார்... எங்களுக்கு திரைக்கதை எழுதற சிரமமே இல்லாம போச்சு... சினிமாவுக்கு எப்படி வேணுமோ அப்படி எழுதியிருக்கீங்க... அதை பிரேம் பை பிரேம் அப்படியே வச்சிருக்கோம். ஆனா... வந்து பாருங்க... ஒரே ஒரு இது... ஹீரோ ஜெயிலுக்குப் போயிருக்கும்போது ஹீரோயின் ஒரு மாதிரியா இருந்தாங்கறது அவ்வளவா சரிப்பட்டுவராது? பொம்பளைங்களுக்குப் பிடிக்காது... லேடி ஆடியன்ஸ் நிறைய பேர் இருக்காங்க பாருங்க... அதனாலே ஹீரோயின் குழந்தையை வளர்க்கறதுக்கு ரொம்ப கஷ்டப்படற மாதிரி கொஞ்சம் மாத்திட்டோம். அதேமாதிரி கடைசிலே ஹீரோ திரும்பி ஜெயிலுக்குப் போறதா எழுதியிருக்கீங்க. அது வந்து... ஹீரோ ஜெயிலுக்குப் போகக்கூடா துங்க... அதனாலே வில்லன் ஜெயிலுக்குப் போறதா மாத்திட்டோம்... அவ்வளவுதான்... இரண்டே மாத்தம்தான். மத்தபடி அப்படியே எடுத்திருக்கோம்...என்ன படம் எடுக்கிறாங்க இவங்கன்னே தெரியலே... டைட்டிலையும் மாத்திட்டாங்க. 'ஜன்னல் மலர்'ங்கிறதை 'யாருக்கு யார் காவல்'னு மாத்தினாங்க... இதுக்கு என் கதை எதுக்கு?

லட்சுமி : இந்த 'ஜன்னல் மலர்' சப்ஜெக்ட் முதல்லே என்கிட்டதான் வந்தது. நீங்க அதை இப்படியே எடுப்பீங்களான்னு கேட்டேன். அவங்க மெயின் கதையை மாத்தப் போறாங்கன்னு தெரிஞ்ச பிறகு வேண்டாம்னு போயிட்டேன்... நீங்க ஏன் இத மாதிரி மாத்தறதை எதிர்க்கக் கூடாது?

சுஜாதா : எதையுமே மாத்தலேன்னுதானே சொல்றாங்க...

லட்சுமி : மாறியிருக்கே...!

சுஜாதா : அது சரி... அப்ப சொல்ல மாட்டேங்கறாங்களே... கடைசிலே சென்ஸார் சர்டிபிகேட் போட்டுக் கழுவுறபோது சொல்றாங்க. அந்தச் சமயத்திலே வந்து 'கொஞ்சம்தான் சார் மாத்தியிருக்கோம்'னு சொல்றாங்க.

மகேந்திரன் : நீங்க இதுக்கெல்லாம் கான்ட்ராக்ட் போட மாட்டீங்களா?

சுஜாதா : நான் By Profession Writer இல்லே... ஒரு ஹாபியா ஆரம்பிச்சேன். அது இப்போ பத்திக்கிச்சு... வாரா வாரம் தொடர்கதை எழுதிக் கொடுக்கிறதே எனக்குக் கஷ்டமாக இருக்கு... 'கரையெல்லாம் செண்பகப்பூ'வுக்கு நானே ஸ்கிரிப்ட் எழுத ணும்னு ஆசைப்பட்டேன். பிறகு என்னாலே சக்ஸஸ்புல்லா திரைக்கதை எழுத முடியுமான்னு சந்தேகம் வந்தது. திரைக்கதைலே எழுவதைவிட எழுத்தைக் குறைக்கறதுதான் அதிகம். அங்கே எல்லாத்தையும் விஷுவலாக இமாஜின் பண்ணனும். அது மட்டுமில்லே, படத்தை நம்பி எவ்வளவோ பேர் லட்சக்கணக்கா பணத்தைப் போடறாங்க. எவ்வளவு பொறுப்பு இருக்கு? எனக்கு டயமும் இல்லை. என்னாலே முடியும்னு நம்பிக்கையும் இல்லே...

மகேந்திரன் : ஒரு நாவலை சினிமாவாக்கும்போது அதை அப்படியே Follow பண்ணனும்னு அவசியம் இல்லே... எதுக்காக இந்த நாவலைத் தேர்ந்தெடுத் தோம்னு மட்டும் ஞாபகம் வச்சுக்கணும். என்ன கேரக்டர்ஸ், இதுல என்ன பிடிச்சிருக்கு... இதையெல்லாம் மனசுலே வெச்சுக்கிட்டு கதைக்கு மெருகூட்டி மேலே கொண்டு போறதுக்குத்தான் முயற்சி பண்ணனுமே தவிர, அதைக் கெடுக்கக் கூடாது.

சுஜாதா : நான் மாஞ்சு மாஞ்சு எழுதறதை ஒரு நல்ல டைரக்டர், ஒரு ஷாட்லே காண்பிச்சுட முடியும். அவருக்கு அந்த லிபர்டி இருக்குங்கறதை ஒத்துக் கறேன்...

லட்சுமி :	திரைக்கதையைப் பத்தி இவ்வளவு புரிஞ்சுக் கிட்டிருக்கிறபோது, நீங்களே திரைக்கதை எழுத லாமே?
சுஜாதா :	இதுக்கு நான் ரொம்ப படிக்கணும்...
லட்சுமி :	நீங்க சினிமா ஃபீல்டுலே நிறைய பேரோட பழகியிருக்கேன்னு சொல்றீங்க. அதுலே நீங்க கேள்விப்பட்ட முக்கியமான நிகழ்ச்சிகள் இந்தக் 'கனவுத் தொழிற்சாலை' கதைலே இடம் பெறப் போறதா?
சுஜாதா :	அது மாதிரி நிறைய நிகழ்ச்சிகள் வரப்போறது... ஆனா யார் ஒருத்தருடைய நிகழ்ச்சிகளையுமே கொண்டு போகாம பலபேர்கிட்டேருந்து கேள்விப் பட்டதை எல்லாம் ஒண்ணா சேர்க்கப் போறேன்... அது மட்டுமில்லே. இதுவரை யாரும் எழுதாத சென்ஸாரைப் பத்தியும் எழுதப் போறேன். அவங்க பாட்டுக்கு ஏதோ ஒரு லைனை கட் பண்ணிடுன்னு சொல்லிட்டுப் போயிடுவாங்க. அதனாலே அந்தப் படம் எடுத்தவருக்கு எவ்வளவு பெரிய கஷ்டம்னு யாருக்கும் தெரியாது.
லட்சுமி :	சென்ஸார் இருக்கணும்கிறீங்களா, வேண்டாங் கிறீங்களா?
மகேந்திரன் :	இருக்கணும்... ஆனா அதிலே யார் இருக்காங் கறதுதான் முக்கியம். இப்ப சமீபத்திலே என்னோட 'உதிரிப் பூக்கள்' படத்தை சென்ஸார்லே பார்த்தாங்க. அது ஒரு நீட் பிக்சர். இருந்தாலும் அதுக்கு 'ஏ' சர்ட்டிபிகேட் கொடுத்திருக்காங்க... 'என்ன காரணம்'னு கேட்டேன். 'இதிலே வர்ற விஜயன் கேரக்டர் ரொம்ப சாடிஸ்ட்டா இருக்கான்... குழந்தைங்க பார்த்தா கெட்டுப் போயிடு வாங்க'ன்னு சொன்னாங்க. 'அந்தக் கெட்டவன் தான் கடைசிலே 'பனிஷ்' ஆயிடறானே... இப்படிப் பட்டவனா இருக்கக்கூடாதுன்னு இந்த கேரக்டர் மூலமா ஒரு பாடம் குழந்தைகளுக்குக் கிடைக் குமே'ன்னு நான் சொன்னேன். 'இல்லே... இல்லே'ங்கிறாங்க. 'நாளைக்கு நான் ராமாயணம் எடுப்பேன்... ராவணன் மத்தவன்

பெண்டாட்டியைக் கடத்திக்கிட்டுப் போறானே... அதுக்கு 'ஏ' சர்ட்டிபிகேட் கொடுப்பீங்களா?'ன்னு கேட்டேன். 'அதுவந்து... சென்ஸார்... ஸாடிஸ்ட்... அப்படி'ன்னு மழுப்பறாங்க... இவங்களோட என்ன பண்ண முடியும்?

சுஜாதா : இப்ப நான் வெளிநாடு போயிருந்தபோது Blue films பார்த்தேன். அங்கே சென்ஸாரே கிடையாது. ஆனா அது மாதிரி படத்துக்குக் கூட்டம் என்னன்னு கேட்கறீங்களா? பத்து பேர் சிகரெட் பிடிச்சிக்கிட்டு படத்தைக்கூட சரியா பார்க்கறதில்லே... கூட்ட மெல்லாம் வால்ட் டிஸ்னி படத்துக்குத்தான். இங்கே சென்ஸார்கிட்டே தப்பிச்சுக்கிட்டு வர்றது தான் ரொம்ப வல்கரா இருக்கு... சில வசனங் களும் சில பாடல்களும்...

லட்சுமி : அப்ப இந்தியாவிலே சென்ஸார் வேண்டாம்னு நினைக்கிறீங்களா?

சுஜாதா : இந்த மாதிரியான சென்ஸார்ஷிப் வேண்டாம்னு தான் நினைக்கறேன்...

லட்சுமி : மேல்நாட்டு ரசிகத் தன்மைக்கும் நமக்கும் நிறைய வித்தியாசம் இருக்கு. இங்கே சென்ஸார்ஷிப் கட்டாயம் வேணும்னு நான் நெனைக்கறேன்.

மகேந்திரன் : நான் சுஜாதா சொல்றதுதான் கரெக்ட்னு நினைக் கிறேன்.

லட்சுமி : நீங்க சென்ஸார்லே கஷ்டப்பட்டதாலே அப்படி சொல்றீங்க...

மகேந்திரன் : நான் மாத்திரமில்லே. இனிமே எல்லாருமே கஷ்டப்படப் போறோம்.

சுஜாதா : என் கதையிலே ஒருத்தன் நிச்சயம் கஷ்டப்படப் போறான் சென்ஸார்கிட்டே! அவன் தலை மயிரைப் பிச்சிக்கிட்டு ஓடப் போறான்.

மகேந்திரன் : அதுமாதிரி நல்ல எழுதுங்க சார்...

சுஜாதா : சட்டத்தினாலே ஒழுக்க நெறிமுறையை எல்லாம் கொண்டு வரமுடியாது. மது விலக்கையே பாருங்க ளேன்... இப்ப நம்ம தமிழ்ப் படங்கள்லே வர்ற சில

காதல் காட்சிகள் Nude filmகளைவிட அதிக excitement கொடுக்கிறது…

லட்சுமி : நீங்க சொல்றது சரிதான். போன வருஷம் நடந்த Film Appreciation Courseலே ஒருத்தர் எழுந்து சென்ஸார் அதிகாரியைக் கேட்டார், 'முத்தக் காட்சிகளை ஏன் அனுமதிக்கக் கூடாது'ன்னு. அதிகாரி அதற்குப் பதில் சொன்னார்: 'பெண் டாட்டி ஊருக்குப் போறான்னா வெளிநாட்டுலே ரயில்வே ஸ்டேஷன்லேயே அவன் அவளை கிஸ் பண்றான். இங்கே அதுமாதிரி உண்டா? அத னாலே இங்கே அதைக் காட்ட முடியாது'ன்னு. அதுக்கு அவர் உடனே மடக்கினார். 'பப்ளிக் பார்க்கிலே ஓடி ஆடி டூயட் பாடறது மட்டும் இந்தியாவிலே நடக்கிறதா, அதைக் காட்ட லியா?'ன்னு. இப்படிப்பட்ட விவாதத்துக்கு முடிவே கிடையாது. சென்ஸார் அதிகாரி சொல் றது நியாயமா படறது. இப்போ மகேந்திரன் சொல்றதும் நியாயமா படறது.

சுஜாதா : சென்ஸாரே வேண்டாம்னு சொல்லலே. ஓரளவுக்கு நியாயமா இருக்கணும்னு சொல்கிறேன். எழுத்தி லேயே பாருங்க 'பாலம்'னு ஒரு கதை எழுதினேன். ஓரளவுக்கு அதிலே கொலையை நியாயப்படுத்தி னேன். அதைப் படிச்சுட்டு, ஒருத்தர் 14 பக்கத்துக்கு மேலே எனக்கு ஒரு கடுதாசி எழுதிட்டு, 'இப்ப உன்னையே எனக்குக் கொல்லணும் போலிருக்கு… வரட்டுமா'ன்னு கேட்டிருந்தார். அதைப் பார்த் துட்டு நாம எழுதியதை எவ்வளவு பேர் படிக் கிறாங்க. அது எவ்வளவு பேரைப் பாதிக்கிறதுன்னு புரிஞ்சுக்கிட்டேன். நாமே நமக்கு ஒரு கட்டுப் பாட்டை ஏற்படுத்திக்க வேண்டியிருக்கு… அதே மாதிரி சினிமா எடுக்கறவங்களும் கட்டுப்பாடோட எடுக்கணும்.

லட்சுமி : நான் அதைத்தான் சொல்ல வரேன். நமக்கு அந்தக் கட்டுப்பாடு கிடையாது… நமக்கு யாராவது ஒருத்தர் செய்யாதே… செய்யாதேன்னு சொல் லிண்டே இருக்கணும்.

மகேந்திரன் : நானும் இப்ப சென்ஸாரே டோட்டலா வேண் டாம்னு சொல்லலே. விஷயம் தெரிஞ்சவங்க இந்த மீடியத்தைப் புரிஞ்சவங்க பார்க்கணும். சினிமாவைப் பத்தி ஒண்ணுமே தெரியாத யாரோ வந்து கலெக்டர் ஆபீஸ் ஜாப் மாதிரி உட்கார்ந் துட்டுப் போனா எப்படி சார்...?

லட்சுமி : சினிமாவை கம்ப்ளீட்டா தெரிஞ்சவங்க உட் கார்ந்தா எல்லாத்தையுமே அனுமதிச்சுடுவாங் களே! வெளி ஆள் இருந்தாத்தானே எது வேணும், எது வேண்டாம்... எந்தக் காட்சி தங்களைப் பாதிக்கிறதுன்னு சொல்ல முடியும்..?

சுஜாதா : அவங்க allow பண்ற சீனும் நல்லா இல்லேன்னு தான் நான் சொல்ல வரேன். இரண்டு பேர் மூக்கை மூக்கை முகர்ந்து பார்க்கிறாங்க... அதுக்கப்புறம் காமிரா நேரே இரண்டு பூ கிட்டே போயிடும்... இப்ப இங்கேதான் இமாஜினேஷன் அதிகமா போயிடுது. இது முத்தக் காட்சியைவிட மோசமா இருக்கு. நமக்கு சென்ஸார்ஷிப் வயலன்ஸுக்காகத்தான் வேணும். இப்ப சார்லஸ் பிரான்ஸன் பிக்சர்லே மிதி மிதின்னு மிதிப்பான். எலும்பு நொறுங்கற சத்தம் கேட்கும்... இதெல்லாம் நம்பளாலே தாங்கிக்க முடியாது.

மகேந்திரன் : முதல் அத்தியாயத்துலே நீங்க அருண் உயரத் துக்குச் சொல்லியிருக்கிற உதாரணம் அழகா இருந்தது...

லட்சுமி : சீச்சீ... அப்ப அதெல்லாம் நீங்க ஒத்துக்கறீங்க... அருணோட உயரம் அவர் நெஞ்சிலே சாயற ஹீரோயினோட தலை வகிடும்; மார்பு உள்ளாடைகளும் பார்க்கற அளவுக்கு... மிஸ்டர் மகேந்திரன். நீங்க ரொம்ப பார்ஷியல். எழுத்திலே வரும்போது ரசிக்கலாம்... சினிமாவுக்கு வரும் போது ஆபாசங்கறீங்க... நீங்க சுஜாதாவைத்தான் சப்போர்ட் பண்றீங்க... நீங்க சுஜாதாவோ, வேணுகோபாலனோ, சிவசங்கரியோ எழுதினா ரைட்டுனு சொல்லிடுவீங்க... வாலியோ, கண்ண தாசனோ எழுதினா ஆபாசம்னு சொல்லிடறதா...?

சுஜாதா : Writing is an evocative medium. இங்கே ஒரு மனிதனை டிஸ்க்ரைப் செய்ய வேண்டியது அவசியம். நான் கொஞ்சம் சொல்லிவிட்டுப் போறேன். மற்றதைப் படிக்கறவங்க இமாஜினேஷனுக்கு விட்டுடறேன்.

லட்சுமி : மூக்கை மூக்கை இடிச்சுட்டு அப்புறம் பூவைக் காட்டி இமாஜினேஷனுக்கு விட்டா அபாயம்னு சொல்றீங்க. அதே மாதிரி நீங்க பாதி சொல்லி, மீதியை இமாஜினேஷனுக்கு விடறது மட்டும் ஆபத்து இல்லையா?

விகடன் ஆசிரியர் : இந்தக் கேள்விக்கு ஒரு சின்ன பதில் இருக்கு... ஒரு எழுத்தாளன் எழுதப் படிக்கத் தெரிந்தவங்களுக்கு மட்டும்தான் எழுதறான்... அவங்களோட ஐடியாக்கள் கன்னாபின்னான்னு போறதில்லே. ஆனால் கண்ணாலே பார்த்து, காதாலே கேட்டுப் புரிந்துகொள்ளக்கூடிய சினிமாவை எல்லோரும் ரசிக்கிறாங்க... அங்கே கொஞ்சம் எச்சரிக்கை யோடு எதையும் சொல்ல வேண்டியிருக்கு!

மகேந்திரன் : நீங்க இன்னொண்ணைப் பத்தியும் முக்கியமா எழுதணும். அதாவது இந்த ஜூனியர் ஆர்ட்டிஸ்டு களைப் பத்தி! அவங்களை எப்படித் தெரியுமா ட்ரீட் பண்ணுவாங்க..? ஆடு மாடு மாதிரி சார்...'ஏ...வா...போ...'ன்னு.

லட்சுமி : ஏன் ஜூனியர் ஆர்ட்டிஸ்டுக்குப் போறீங்க... புதுமுகமாக இருந்தாலே போதும்... பாவம் அந்தப் பொண்ணு நின்னுண்டேயிருக்கும்... காலையிலேருந்து சாயங்காலம் வரைக்கும் மேக்கப் போட்டு... This is there from A to Z மகேந்திரன்... இதுலே ஒரு பத்து வருஷம் ஆன ஹீரோ ஒருத்தர் வந்தா உடனே எல்லோரும் ரெடியா எழுந்து நிக்கணும். எழுந்திருக்கலேன்னா, 'அண்ணன் வரார் எழுந்துக்கோ'ன்னு சொல்லு வாங்க. 'Get lost! அண்ணனாவது தம்பியா வது'ன்னு சொல்ல எத்தனை பேருக்குத் தைரியம் இருக்கு...?

மகேந்திரன் :	புதுமுகங்களைப் பத்தி அப்படிச் சொல்லாதீங்க... இரண்டு சீன் ஆக்ட் பண்ணியாச்சு... ஒரு ஷெட்யூல் முடிஞ்சிப் போச்சுன்னா போறும், நெக்ஸ்ட் ஷெட்யூல் ஷி வில் கம் வித் எ சேர்...
லட்சுமி :	அது ஏன் தெரியுமா? அவளுக்கு யாரும் சேர் போடறதில்லே...
மகேந்திரன் :	அதனாலேதான் நான் புதுமுகங்களைப் போட்டுப் படமெடுக்கறச்சே சொல்றேன். 'அடுத்த படத்துலே உனக்கு ரோல் கிடையாது... ஏன்னா நீ நாற்காலியோட வருவேன்'னு.
லட்சுமி :	In what way it disturbs you. நானும் ஒரு டைரக்டர் தான். என் கதாநாயகியும் செட்லே சேர் போட்டுக் கிட்டு உட்கார்றா... என் கேமிராமேன் கேட்கறார். 'நீங்க ஆர்ட்டிஸ்ட், ஏன் நிக்கறீங்க'ன்னு. நான் சொன்னேன்: 'நான் கேமராவுக்குப் பின்பக்கம் நிக்கறவ... நான் ஒரு ஆர்ட்டிஸ்ட் இல்லே. டைரக்டர். I have to fry myself in sun'ன்னு...
சுஜாதா :	ஆமா, இந்த சேர் போடறது ஸ்டார்ஸுக்கும் உண்டா?
லட்சுமி :	அவங்களுக்கு இதைவிடக் கெடுபிடி அதிகம்... சேர் போடறதுக்கு ஒருத்தர். சிகரெட் கொடுக்கிறதுக்கு ஒருத்தர் - இதுமாதிரி எவ்வளவோ... ஏன் சார். உங்கள் கதைலே வரப் போற ஹீரோயின் ரொம்ப இண்டலிஜென்டா இருப்பாளா?
சுஜாதா :	ஆமாம் என் கதாநாயகி கதாநாயகனையே மிஞ்சப் போறா... She will overtake him.
லட்சுமி :	நான் அதை விரும்பறேன். என்ன சினிமா ஹீரோயின்னாலே, அவ கூடுவாஞ்சேரிலே இருந்தா... வறட்டி தட்டிண்டிருந்தா. சினிமாவிலே சேர்ந்து அவ பேரோட ஒரு 'ஸ்ரீயோ' 'ப்ரியா'வோ சேர்த்துக்கிட்டான்'னு கேலி பண்றதே வழக்கமாப் போச்சு... அந்த விதத்திலே நான் உங்களை 'தாங்க்' பண்ணனும்.
சுஜாதா :	என் கதைலே இரண்டு பேர் வரப் போறாங்க. அவங்க ரொம்ப சாமர்த்தியமாவும் சந்தர்ப்பத்தைப்

பயன்படுத்திண்டு கதாநாயகனுக்குச் சமமாகவும் இருப்பாங்க... நிச்சயமா இது கூடுவாஞ்சேரி டைப் இல்லே...

லட்சுமி : நீங்க சொன்னது திருப்தியா இருக்கு... ஏனோ தெரியலே. நாம எல்லோருமே ஒரு மேல் ஷாவனிஸ்ட்டா இருக்கோம். கதாநாயகன்னா அண்ணன் அண்ணங்கிறோம். கதாநாயகின்னா அவளுக்கு ஒண்ணும் தெரியாது. அவ அம்மா, புரொடக்ஷன் மானேஜர்கிட்டே சாப்பாடு வாங்கிச் சாப்பிடறாங்கிறோம்.

சுஜாதா : I agree

லட்சுமி : மதன் ஜோக்ஸை நான் ரொம்ப என்ஜாய் பண்ணு வேன். இருந்தாலும் ஹீரோயின்னா அவளுக்கு ஒண்ணுமே தெரியாதுன்னு கிண்டல் பண்றது அவர் வழக்கமாக இருக்கும்... இப்ப சினிமாவுக்கு வர்றவங்க அப்படி இல்லை. கொஞ்சம் படிச்சிருக் காங்க... விஷயம் தெரிஞ்சிருக்கு. அப்படி படிச்சிருக்கறதனாலே திமிரும் இருக்கு... எப்படிப் பேசணும் எப்படி நடந்துக்கணும்கிறெல்லாம் அவங்களுக்கு நிறையவே தெரிஞ்சிருக்கு...

சுஜாதா : இங்கே நான் ஒண்ணு கேட்க விரும்பறேன். கதா நாயகிகள்லே கொஞ்சம் புகழும் வந்தவங்ககூட வேணும்னே கொஞ்சம் அதிகப்படி குழந்தைத் தனத்தைப் பேச்சிலே காட்டறாங்க... எதுக்கு இந்த நடிப்பு...? அவங்க பையைத் திறந்தால் அமுல், கிளாக்ஸோ எல்லாம்கூட இருக்கும் போலிருக்கு...!

லட்சுமி : வாயில் விரலை வைச்சா கடிக்கத் தெரியாத குழந்தை மாதிரி நடிக்கறாங்கன்னு சொல்றீங்களா, அப்படிச் சிலபேர் இருக்கலாம். எல்லாரும் இல்லே... நான் நிறைய பேரைப் பார்த்திருக்கேன். நான் நெனைக்கற காரணம் என்னன்னா அவங்க இந்த சினிமா இண்டஸ்ட்ரியை ரொம்ப நம்பி யிருக்காங்க. நான் என்னிக்குமே இந்த சினிமாவை நம்பி இருந்ததில்லே... எப்படியோ பிழைச்சுக்க முடியும்னு தைரியம் எனக்கு உண்டு. அதனால் தானோ என்னவோ நான் ஒரு பெரிய ஸ்டாரும்

இல்லை... அவ்வளவா சம்பாதிக்கவும் இல்லே... ஆனா சினிமாவிலே சேர்ற எல்லாரும் அப்படி யில்லே. வீட்டுக்கு மூத்த பெண்ணா இருக்கலாம் அல்லது கடைசிப் பெண்ணா இருக்கலாம். எல்லாரையும் காப்பாத்த வேண்டிய பொறுப்பு அவர்களுக்கு இருக்கலாம். சினிமாவை விட்டு விலகிப் போவதற்கு அவர்களுக்குத் தைரியம் கிடையாது. இன்னும் பத்து பதினைந்து வருஷ மாவது இந்தச் சினிமாவிலே இருந்தாகணு மேன்னு பயம் வந்தவுடனே தன்னை வளர்த்துக் கவோ, தனக்கு வயசாகியிருக்கிறதை ஒத்துக்கவோ அவங்க தயாராயில்லை. மனசால் இன்னும் குழந்தையாகவே இருக்கணும்னு ஆசைப்பட றாங்க... வயசான ஹீரோயினைக் கூட அவங்க மேக்கப் மேன் 'பாப்பா'ன்னுதான் கூப்பிடுவார். Of course நான் இப்படிச் சொன்னேன்னா, மேக்கப்ட்மேன் யூனியன்லேருந்து எனக்கு ஒரு லெட்டர் வரும்... சுத்தி இருக்கறவங்க எல்லாம், 'நீ என்ன பெரிய பொம்பளை மாதிரி நடந்துக்கற... நீ இன்னும் சின்ன பொண்ணுதான். அப்பதான் இன்னும் பத்து வருஷம் இண்டஸ்டிரிலே இருக்க லாம்...னு சொல்லிச் சொல்லி அவங்க எண்ணத் தையே மாத்திடறாங்க. சினிமாவிலே மட்டும் தானா இப்படி? நான் எவ்வளவோ பெண்களை வாழ்க்கையிலே சந்திக்கிறேன். தமிழை இங்கிலீஷ் மாதிரி 'அவ ஷொன்னா... இவ ஷொன்னா'ன்னு பேசிண்டு...

சுஜாதா : இந்த மாதிரி போலியா பேசறவங்களை நானும் பார்த்திருக்கிறேன். ஏன், எங்கிட்டேயே ரொம்பப் பேர் சொல்றவங்க உண்டு. 'நல்ல எழுதியிருக்கீங்க சார். ரொம்ப நல்லா எழுதறீங்க... என் ஒய்ஃப்தான் படிப்பா... நான் இதெல்லாம் படிக்கிறதில்லே' - அவனே படிச்சிருப்பான் - துருவித் துருவிக் கேட்டா எல்லாத்தையும் ஒப்பிப்பான்.

லட்சுமி : இதெல்லாம் 'நாங்க எல்லா தமிழ்ப்படம் பார்க்கற தில்லே'ன்னு சொல்ற கேஸ்.

சுஜாதா : இன்னும் சில பேர் இருக்காங்க... 'சார் ரொம்ப நன்னா எழுதறீங்க சார்... அதான் அந்தப் 'பொன் விலங்கு...' ரொம்ப நன்னா எழுதியிருக்கீங்க சார். பியூட்டிஃபுல் சார். 'ஐயோ சார், அதை நான் எழுதல்லே'ன்னு சொன்னா... 'அப்படின்னா சிவகாமியின் சபதமா'ன்னு மாத்திப்பாங்க - இப்படி அர்த்தமே இல்லாத எனக்குச் சம்பந்த மில்லாததைச் சொல்லியே என்னைப் பாராட்டிக் கிட்டு இருப்பாங்க.

லட்சுமி : சினிமாவுலே மத்த டெக்னீஷியன்கள் படற கஷ்டங்கள் எல்லாத்தையும் நீங்க கவனிச்சிருக்கீங்களா?

மகேந்திரன் : இதுலே ரொம்ப கஷ்டப்படறது புரொடக்ஷன் டிரைவர்கள்தான். ராத்திரி மூணு மணி ஆனாலும் கூட அவங்க சாப்பிட்டிருக்க மாட்டாங்க.

லட்சுமி : பார்க்கப் போனா ரொம்ப கஷ்டப்படறது தயாரிப் பாளர்கள்தான்.

சுஜாதா : 'அவன் வேணும்னுட்டே இதிலே நுழையறான்... அவன் பேசாம வீட்டுலே இருக்கலாம். பொண் டாட்டி நகைகளை வித்துட்டு இங்க வரணும்னு என்ன தலையெழுத்து... அவன் இப்படித்தான் பாடம் கத்துக்கணும்...'

லட்சுமி : ஆமா... படத்துக்குப் பூஜை போடறாங்களே - அதைப் பற்றியெல்லாம்கூட எழுதப் போறீங்களா?

சுஜாதா : பூஜைதான் முதல்லே...! அதைத்தான் ஓகோன்னு வாழைமரம் கட்டிப் பண்ணிடுவாங்களே.

லட்சுமி : விநியோகஸ்தர்களைப் பத்தி... I mean the distributors...

சுஜாதா : ம்... அதுவும் உண்டு... என்னோட 'நினைத்தாலே இனிக்கும்' படத்தின்போது ஒரு டிஸ்ட்ரிபியூட் டரை எனக்கு அறிமுகப்படுத்தி வச்சாங்க... 'நீங்க வந்து... எந்தப் பத்திரிகையிலே இந்தக் கதை வந்திருக்கு'ன்னு அவர் கேட்டார்... 'இது எந்தப் பத்திரிகையிலேயும் வரலை... இது சினிமாவுக் காகவே எழுதினது'ன்னு சொன்னேன். 'அப்ப

ஒண்ணு செய்யுங்க, இதை முதல்லே ஏதாவது ஒரு பத்திரிகையிலே தொடர்கதையா போட்டுடுங்க. ஏன்னா இப்ப பத்திரிகையிலே வர்றதைப் படமாக்கினாத்தான் நல்ல ஓடுது'ன்னார் அந்த டிஸ்ட்ரிபியூட்டர். அவங்க எல்லாருக்குமே மூட நம்பிக்கை ரொம்ப அதிகம். சினிமாவிலே இருக்கிற எல்லாருக்குமே அது அதிகமாகத்தான் இருக்கு... மாசா மாசம் அமாவாசையே சினிமாக்காரங்களுக்காகத்தான் வருதுன்னு நினைக்கிறேன்...

மகேந்திரன் : உங்க கதையில நீங்க எழுதியிருக்கிற மாதிரி அப்படித் திமிரா பேசறவங்க இங்க யாரும் கிடையாது... அதேமாதிரி ஜிப்பா வேஷ்டி போட்டுக்கிட்டு பி.ஆர்.ஓ. எல்லாம் இப்ப கிடையாது... ரொம்பப் பழசு.

லட்சுமி : அதே சமயத்திலே ஞானசேகரனை அடி உதைன்னு சொல்லிட்டு, 'பொம்பளைங்களோட இண்டர்வியூ'ன்னு சொன்னவுடனே 'அப்ப சரி'ன்னு சொல்றது... அது ரொம்ப உண்மை... ஆமாம், நீங்கள் தமிழ் சினிமாவை மட்டும்தான் அடிப்படையா வச்சி எழுதப் போறீங்களா... இல்லே இந்திப் படவுலகத்தைப் பத்தியும் உங்க கதைலே சேர்க்கப் போறீங்களா...?

சுஜாதா : நான் மத்த மொழிப்படங்களைப் பத்தியெல்லாம் இந்தக் கதையிலே கொண்டு வரப் பேறதில்லே. இந்தி, மலையாளம்னு கொண்டு வந்தா, என் கதையைப் படிக்கிறவங்களுக்கு நம்பளைப் பத்தி நம்ம தமிழ் சினிமா இண்டஸ்ட்ரியைப் பத்தி எழுதாத மாதிரி படும்.

லட்சுமி : உங்களோட பேசிக்கிட்டு இருந்ததுலே நேரம் போனதே தெரியல!

சுஜாதா : எனக்கு நிறைய விஷயம் கிடைச்சிருக்கு. உங்க இரண்டு பேரையும் சந்திச்சதிலே எனக்கு ரொம்ப சந்தோஷம்.

7. 1974ஆம் ஆண்டின் சிறந்த கதைகளைப் பற்றி

நீங்கள் இந்தத் தொகுதியில் உள்ள பன்னிரண்டு கதைகளையும் படித்து விட்டு இந்தக் கட்டுரையைப் படிப்பது நலம்.

பன்னிரண்டு கதைகளில் எது சிறந்தது என்று தீர்மானிக்கும் உங்கள் அபிப்பிராய சுதந்தரத்தில் இக்கட்டுரை எவ்வகையிலும் குறுக்கிடக் கூடாது. இந்தக் கட்டுரை என் சொந்த விமரிசனம்.

ஒரு எழுத்தாளன் தன்னால் எழுதப்படாத ஒரு கதையை விமரிசிக்கும்போது பல அம்சங்கள் விமரிசனத்தின் நேர்மையைக் கலைக்க முற்படுகின்றன. சிறுகதை படிக்கும்போது கதையின் ஆதாரமான செய்தியையும் அமைப்பையும், ஒரு வாசகனைப் போல் கவனிக்காமல், 'இந்த வாக்கியத்தை இப்படி எழுதி இருக்கலாமே, இந்தப் பாராவை அங்கு அமைத்திருக்கலாமே, கதையை இந்த இடத்தில் முடித்திருக்கலாமே' என்று அடிக்கடி அவன் பாண்டித்யம் குறுக்கிடும். நான் சந்தித்த பல எழுத்தாளர் கள் மற்றவர்கள் கதையை யோக்கியமாகப் படிக்கிற ஜாதி இல்லை என்பதை அவர்களுடன் பேச்சில் தெரிந்து கொண்டிருக் கிறேன். அவர்கள் பொழுதுபோக்குக்குத் தத்தம் சொந்தக் கதை களையே படித்துக் கொண்டிருப்பார்கள் என்றும் தோன்றியது (ஹெமிங்வே தன்னுடைய நாவலை நண்பனைப் படிக்கச் சொல்லிவிட்டு அவன் தோளுக்குப் பின்னால் இருந்து தானும் கூடவே படிப்பாராம்.)★ ஒரு நல்ல எழுத்தாளனாவதற்குச் சில சொந்தத் தியாகங்களும் பலிகளும் தவிர்க்க முடியாதவை.

★ பாப்பா ஹெமிங்வே என்கிற திறமையாக எழுதப்பட்ட வாழ்க்கை வரலாற்றில் இந்தச் செய்தி கிடைக்கிறது.

அவற்றில் ஒன்று சில துல்லியமான வாசகத் தன்மகளை இழப்பது. நானும் இழந்திருக்கிறேன். இருந்தும் இன்னும் சில நல்ல சிறுகதைகள் என்னை அந்தப் பூர்ணமான வாசக நிலைக்குத் திரும்பி அனுப்புகின்றன.

எனவே எழுத்தாளன் என்கிற ரீதியில் எனக்குள்ள பிடிவாதங் களின் கறை இந்தக் கட்டுரையில் படித்திருக்கலாம். அதைத் தவிர்க்க நான் நிச்சயம் முயற்சித்திருக்கிறேன். என்னை ஒரு வாசகனாகவே ஆக்கிக் கொண்டு இந்தக் கட்டுரையை அமைக்க முற்பட்டிருக்கிறேன். அது பல கதைகளில் சற்று கஷ்டமாகவே இருந்தது. இரண்டு சிறு கதைகளில் சுலபமாக இருந்தது. அவை பற்றி அப்புறம்.

முதலில் சிறுகதைகளைப் பற்றிக் கொஞ்சம் பொதுவாகச் சொல்கிறேன். பிறகு இந்தத் தொகுதியின் கதைகளை என் கோணத்தில் இருந்து ஒவ்வொன்றாக அறிமுகப்படுத்துகிறேன். அறிமுகப்படுத்தும் வரிசையிலேயே இந்தக் கதைகளின் தர வரிசை என் உள்ளத்தில் கொஞ்சம் கொஞ்சமாக உயருகிறது. நான் கடைசியில் அறிமுகப்படுத்தும் கதை இந்தத் தொகுதியில் சிறந்த கதை மறுபடி என் உள்ளத்தில்.

சிறுகதை அளவில் சிறியதாக இருக்க வேண்டுமா? இல்லை. அதில் கதை இருக்க வேண்டுமா? தேவை இல்லை. எனவே சிறுகதை என்னும் அடையாளப் பெயரை அதன் சரித்திர மதிப்புடன் விட்டு விடுவோம். எப்போதோ, கதைகளைச் சிறியதாகவும் கதைகளாக வும் எழுதிக் கொண்டிருந்தார்கள். இப்போதும் பலர், விசுவாச மாக, அவ்வண்ணமே எழுதிக் கொண்டு வருகிறார்கள் (பார்க்க அம்புலி மாமா). ஆனால் நவீன படைப்பிலக்கியத்தில் சிறுகதை கள் இந்த ஆதாய அமைப்பில் இருந்து வெகுதூரம் வந்துவிட்டன. நவீன வாழ்க்கையின் மனச் சிக்கல்கள் நவீன சிறுகதையிலும் பிரதிபலிக்க அது ஒரு பிரத்தியேக வெளிப்பாட்டுச் சாதனமாக மாறி 'இதுதான் சிறுகதை' என்ற அறுதியிடுவது கஷ்டமாகிறது. முயன்று பார்க்கிறேன். சிறுகதை என்பது என்ன? அபிப்ராய பேதம் வேண்டாம் எனில் உரைநடையில் சில பக்கங்கள் எழுதப்பட்ட வார்த்தைகளின் அமைப்பு சிறுகதை என்று சொல்லலாம். அவ்வளவுதானா? அப்படியென்றால் செய்தித்தாள் முழுவதும் சிறுகதைகளே! சிறுகதையின் உரைநடை தனிப்பட்டது என்று சொல்லலாமா? அது போதுமா? 'ஒகாஸா' விளம்பரம்கூட தனிப் பட்ட உரைநடையில்தான் இருக்கிறது. உருவம், உள்ளடக்கம்

என்று பலர் ஜல்லியடிப்பதைக் கேட்டிருக்கிறேன். டெண்டர் நோட்டீஸுக்குக்கூட உருவமும் உள்ளடக்கமும் இருக்கிறது. பின் சிறுகதை என்பது என்னதான்? கூர்ந்து கவனியுங்கள். சிறுகதை ஒரு முரண்பாட்டைச் சித்தரிக்கும் உரைநடை இலக்கியம்.

Conflict என்கிற ஆங்கில வார்த்தைக்கு ஈடாக இந்த முரண் பாட்டைக் குறிப்பிடுகிறேன். முரண்படுதல் என்பது என்ன? இரண்டு மாறுபட்ட அமைப்புகள் குறுக்கிடும்போது - ஏன் சந்திக்கும்போதுகூட, ஏற்படுவது முரண்பாடு. இந்தப் பொது அர்த்தத்தில்தான் இந்தக் கட்டுரை முழுவதும் இவ்வார்த்தை உபயோகப்பட்டிருக்கிறது. சச்சரவு, மோதல், சண்டை போன்ற அர்த்தங்களில் இல்லை.

சிறுகதை அதன் நவீன தொனியில் இரண்டு அல்லது மேற்பட்ட நிலைகள் முரண்படும்போது நிகழ்வதைத் தனிப்பட்ட உரை நடையில் சொல்லும் இலக்கியம் என்று சொல்லலாம். குழப்ப மாக இருக்கிறது அல்லவா? எனக்கும் அப்படியே! அடுத்த மூன்று பாராக்களில் தெளிவாகி விடும். வாக்கியத்தைக் கழற்றிப் பார்க்கலாம்.

முரண்பாடு* முரண்பாடு ஒரு தனி மனிதனின் மனத்திலேயே இருக்கலாம். அல்லது மனிதனுக்கும் அவன் விதிக்கும் முரண்பாடு இருக்கலாம். அதனுடைய ஆதர்சங்களுக்கும் நிஜ வாழ்க்கைக்கும் இருக்கலாம். இரண்டு சமூக மட்டங்களுக்குள் இருக்கலாம். இருவர் அல்லது மேற்பட்டவருள் இருக்கலாம்.

இந்த இருவர் முரண்பாடுகள் கொள்கை வித்தியாசங்களால், வளர்ந்த சூழ்நிலை வித்தியாசங்களால் இருக்கலாம்.

தனிப்பட்ட உரைநடை ஒரு சாதாரண குழாய்ச் சண்டையிலேயே முரண்பாடு இருக்கிறது. ஒரு சாதாரணக் குழாய்ச் சண்டையை இலக்கிய நிலைக்கு உயர்த்துவது அதை எழுதுபவனின் நடை, சொல்லும் விதம், அதனுடன் அவன் முரண்படும் கட்சிகளை வாசிப்பவருக்கு அறிமுகப்படுத்தும் திறமை. வாசகன், இரண்டு கட்சிகளுக்கும் இடம் இருக்கின்றன என்பதை உணர வேண்டும். இரண்டையும் அடையாளம் கண்டுகொள்ள வேண்டும். இரண்டிலும் இருக்கும் நியாய அநியாயங்களைக் கணிக்கும்

★ ஆர்தர் கோஸ்டர் 'ஆக்ட் ஆப் கிரியேஷன்' என்கிற புத்தகத்தில் எல்லா மனித சாதனைகளுக்கும் முரண்பாடு ஒரு ஆதார காரணம் என்கிறார்.

சுதந்தரம் வாசகனுக்குத் தரப்பட வேண்டும். இதில்தான் பல சிறு கதைகள் தரம் குறைந்து விடுகின்றன. நல்ல சிறுகதை இது நல்லது, இது கெட்டது, இது கருப்பு, இது வெளுப்பு (அல்லது சிவப்பு) என்று அடாவடித்தனமாகப் பதம் பிரிக்காது நல்ல சிறு கதையில் பிரசாரத்திற்கு இடமில்லை. போதனைக்கு இட மில்லை. நம் வாழ்க்கையில் நல்லவை கெட்டவைகள் இரண் டறக் கலந்திருக்கின்றன. எல்லோரிடமும் ஆபாசங்களும், உன்னத நிலைகளும் இருக்கின்றன. ஆதாரமாகவே மனித மன அமைப்பில் முரண்பாடு இருக்கின்றது. வாசகன் ஒரு நல்ல சிறுகதையில் ஒன்றும்போது அவன் தன் மனத்தின் ஆதாரமான முரண்பாடுகளிலே மறுபடி வாழ்கிறான். அவன் மனத்தில் ஞாபக பிம்பங்கள் தோன்றலாம். பச்சாதாபம் எழலாம். வாழ்வின் அபத்தங்கள் தெரியலாம். அவலங்கள் அதன் சந்தோஷங்கள் தெரியலாம். ஆனால், இவைகளைக் குறிப்பிட்டுக் காட்ட வேண்டியவன் எழுத்தாளன் அல்ல. இதோ பார் வாழ்வின் அபத்தம், இதோ பார் வாழ்வின் அநியாயம் என்று விரல் நீட்டும் போது சிறுகதை தரத்தில் சரிந்து விடுகிறது. வாழ்க்கையின் தீர்ப்புகள் அவ்வளவு சுலபமானவை அல்ல.

இந்தப் பின்னணியுடன் சிறுகதைகளை நாம் ஒவ்வொன்றாகக் கவனிக்கலாம். பன்னிரண்டு கதைகளிலும் நாம் சொன்ன முரண் பாடுகள் வெளிப்படையாக அல்லது மறைமுகமாக இருக்கின் றன. பார்க்கலாமா?

முதலில் சமூக அமைப்பில் இருக்கும் முரண்பாட்டைக் காட்டும் சிறுகதை ‘தூன்’ எழுதிய ‘சிவப்புச் சட்டை’. பெரிய குற்றம் செய்தவர்களைத் தூக்கிலிடுவது சமூக அமைப்பு. இதனால் ஒருவன் சந்தோஷப்படுவது அதில் உள்ள முரண்பாடு. சந்தோஷப்படக் கூடியவன் யார்? குற்றவாளியைத் தூக்கிலிட்டு அதற்கு அச்சாரம் வாங்கும் எக்ஸிக்யூஷனர். அவனுக்குக் கிடைக்கும் பணத்தால் சிவப்புச் சட்டை பெறப்போகும் அவன் மகன், இந்த முரண்பாடு தெரிவிக்கும் மெலிதான அபத்தத்தை நன்றாக உணர வைக்கிறது கதை. ஆனால், இந்தக் கதையின் ஆதாரமான செய்தி முழுவதும் முதல் இரண்டு பாராக்களிலேயே சொல்லப்பட்டு, அடுத்து வருவது எல்லாம் அதற்கு ஒரு வியாக்கியானமாகத்தான் படுகிறது எனக்கு.

இரண்டு ஏழ்மை நிலைகள் சந்திக்கும்போது ஏற்படும் முரண் பாட்டைச் சொல்வது கோவி மணிசேகரனின் ‘சிறிய வயதில்

பெரிய அனுபவம்'. தெருவில் ஐஸ்க்ரீம் விற்கும் பையன் அதை விரும்பிப் பிடிவாதம் பிடிக்கும் ஒரு சிறுவனின் ஏழைத் தாய். அவளிடம் இருப்பது மூணு பைசா, ஐஸ்க்ரீம் விலை ஐந்து பைசா. மகன் அழுகிறான். அவள் பிச்சை எடுத்து பாக்கி இரண்டு பைசாவைச் சம்பாதிக்க முயல்கிறாள். ஐஸ்க்ரீம் விற்பவனுக்கு அவசரம். அவளுக்குப் பிச்சை கிடைக்கவில்லை. ஐஸ்க்ரீம் பையன் தன் அவசரத்தாலோ அல்லது திடீரென்று அடைந்த உன்னத நிலையாலோ தானே அவளுக்கு இரண்டு பைசா அளிக்கச் சம்மதிக்கிறான். அவள் கடைசியில் தன் சின்ன மனுஷி புத்தியைக் காட்டி 'தர்மம் அஞ்சு பைசாவாகவே இருக்கட்டும்' என்று பால் ஐஸை அவசரமாகக் கவர்ந்து கொண்டு செல்வதில் யதார்த்தம் தொனித்தாலும் 'நம்ம ஒருத்தருக்குச் செய்யற துரோகம் ஐஸ் மாதிரி கரைஞ்சு போயிடும். ஆனா பண்ற தர்மம் தான் குச்சி மாதிரி கடைசி வரை நிற்கும்' போன்ற பொன் மொழி களும் 'அவன் உலகை நினைத்து ஸ்தம்பித்து நின்றுவிட்டான். சிறிய வயதில் பெரிய அனுபவம்தான்' போன்ற நீதி சுட்டிக் காட்டுதல்களும் கதையின் மதிப்பைக் குறைக்கின்றன.

மோகன சந்திரனின் 'முதல் பிறைசு' என்கிற கதையும் சமூக அமைப்புக்கும், தனி மனிதனுக்கும் முரண்பாட்டைச் சித்தரிக்கும் கதையே. ஆனால், 'சிவப்புச் சட்டை' என்கிற கதையைக் காட்டி லும் இதில் அது அதிகச் சிரத்தையுடன் உணர்ச்சியுடன் சொல்லப் பட்டிருக்கிறது. ஏழைப் பையன் நன்றாகப் பேசக் கூடியவன்; அவனைப் பேச்சுப் போட்டிக்கு உபயோகிக்கும் கல்லூரி, அந்தக் கல்லூரியின் ஜாதி ஊழல்கள், பண ஊழல்கள் அவைகளை அடிக் கடி சுட்டிக்காட்டும் கதைக்குத் தேவையில்லாத கம்யூனிஸ்ட் நண்பன், கதை முழுவதும் வியாபித்திருக்கும் உண்மையான பசி.

மோகன சந்திரனின் கதையில் ஒரு நல்ல அமைப்பு பொதிந்திருக் கிறது. அதைப் பயன்படுத்தத் தவறி விட்டார். கதையின் உச்ச கட்டம் நேசமணியின் ஏழ்மைக்கும் அவன் பேச்சுப் போட்டியில் பேசப் போகும் விஷயத்திற்கும் இருக்கும் உக்கிரமான முரண் பாடு. வயிற்றில் உண்மையான பசியை வைத்துக் கொண்டு, ஐந்தாண்டுத் திட்டங்களில் இந்தியா அடைந்த நன்மைகள், மின்சார வளர்ச்சி, போக்குவரத்து, தொழில் துறை வளர்ச்சி... என்று ஒரு தனி மனிதனுக்கு அரசாங்கம் தரும் பொய் சத்தியங் களை ஜோடித்துப் பேச வேண்டியிருக்கிறது. அதுதான் இந்தக் கதையின் உச்சக்கட்டம். அவனுக்கு முதல் பிறைசு கிடைத்தது.

அதை வாங்கப் போகும்போது அவன் கண்கள் இருண்டு பசியால் செத்து விழும்போது கதையும் விழுந்து விடுகிறது. வாசகன் அனுதாபத்தைச் சம்பாதிக்க மரணத்தை வரவழைப்பது ஒரு புராதன உத்தி. இதை மேலும் சில கதைகளில் பார்க்கப் போகிறோம்.

எழிலமுதனின் உயிர்கள், ஒரு வாலிபனின் தற்கொலை முயற்சியில் பிரமாதமாகத் துவங்குகிறது. ஒரு பிச்சைக்காரனும் அவன் வாழ்க்கைத் துணைவியும் ஓடி வந்து அவனைக் காப்பாற்றுகிறார்கள். வாலிபனின் தற்கொலை முயற்சிக்குக் காரணம் சொல்லப்படவில்லை. அது தேவையில்லை அவன் கவனம் தாற்காலிகமாகப் பிச்சைக்காரர்களின் சம்பாஷணையில் செல்கிறது. இப்போது அவர்களின் உலகம் விவரிக்கப்படுகிறது. பிள்ளைகளுக்குக் கால் வலி. அவர்கள் 'டிக்கெட்' வாங்காமல் ரயில் ஏறி இறங்குவது, அவர்கள் குடும்பக் கட்டுப்பாடு பிரச்னைகள், பனியனில் வாத்தியார் படம் போன்ற அந்த முற்றிலும் வெளிப்பட்ட உலகத்தின் கவன ஈர்ப்பில் மறைமுகமாக அந்த வாலிபனுக்கு மறுபடி வாழ, மறுபடி முயன்று பார்க்க இச்சைப்படுகின்றன. வாழப் பிடிக்காத வாலிபன்... எவ்வளவோ ஏழ்மையிலும் வாழவிரும்பும் அந்தப் பிச்சைக்காரக் கணவன் மனைவி... அவர்களின் இயல்பான கொச்சையான உலகம். அவனை வாழ அழைக்கிறது என்றுகூடச் சொல்லலாம். ஆனால், அவர்கள் அவனுக்குப் பரிவுடன் தந்த கஞ்சியை அவன் உண்கிறான்... செத்து விழுகிறான்... அவசர அவசரமாகக் கஞ்சியில் விஷம் இருக்கலாம் என்கிற வியாக்கியானத்துடன் 'போகிற உசிரு எப்படியும் போயிடும்; நில்லு நில்லுன்னு புடிச்சு வெச்சுக்க முடியுமா' என்று போலீஸ் பயத்துடன் விரசலாக ஓடி விடுகிறார்கள்.

இது ஒரு இரட்டைக் கதை. முதல் கதை இளைஞனுக்கு அமைத்துத் தரப்படும் வாழும் இச்சை... இரண்டாவது இறந்து போக முயற்சிப்பவனைக் காப்பாற்ற அவ்வளவு அக்கறை காட்டியவர்கள் அவன் இறந்தபின் அவ்வளவு வேகமாக ஓடிப் போய்விடும் எதிர்நிலை முரண்பாடு... முதல் பகுதி நிதானமாகச் சொல்லிவிட்டு இரண்டாவது பகுதியில் மிக அவசரமாக ஓடி முடித்து விடுகிறார். முதல் கதை எனக்குப் பிடித்திருக்கிறது.

மனத்திலேயே ஏற்படும் முரண்பாட்டைக் காட்டும் சிறுகதைகள் அமைப்பு முறையில் சற்றுக் கடினமானவை. 'பத்ரிநாத்'தின் ஒரு ஜட்ஜ் ரிடையராகிறார் என்ற கதையில் ஒரு ஜட்ஜ் ரிடையராகிறார். அந்தத் தறுவாயில் தன் கடந்த காலப் பாவங்களை நினைத்து

இந்தக் கதையில் அமைந்திருக்கும் குறியீடுகளினால்தான் இது, இதுவரை சொன்ன மற்ற கதைகளிலும் உயர்ந்து நிற்கிறது. 'தீ எரிந்து அவிந்த காட்டில் வெந்தும் வேகாமலுமாய்த் தப்பி நிற்கும் ஒற்றை மரத்தைப் போல் அங்கு மிஞ்சியிருக்கும் சுந்தரேசய்யரின் குடும்பம்' என்று எழுதும்போது ஆசிரியர் அக்ரஹாரம் என்கிற அமைப்பில் ஒரு தனிப்பட்ட ஜாதியின் சிதையை அழகாகக் காட்டுகிறார். அதன் நியாய அநியாயங் களைப் பற்றி நமக்கு அக்கறை இல்லை. ஆனால், இது நிகழ்ந்து கொண்டிருக்கும் ஒரு மாறுதல். அதன் காரணம் இது தான் என்று குறிப்பிடாவிட்டாலும் இந்தக் கதையில் சொல்லப் பட்டிருக்கும் வரதட்சணை முறை ஆண் வர்க்க ஆக்கிரமிப்பு போன்றவைகள் எல்லாம் காரணமாக இருக்கலாம் எனத் தோன்றுகிறது. ஆனால், 'பார்த்தாயா? விதி விளையாடி விட்டது. அவளைப் படுத்தினான் அல்லவா. கால் போய் விட் டது பாரு!' என்று சுலபமா நீதி சொல்லும் நிலைக்கு கதையைக் கொண்டு போயிருக்க வேண்டாம்.

பிராமண சமூகத்தின் இரண்டு பிரதிநிதிகளின் அவல நிலையைக் கண்ணபிரானின் ஒரு 'வித்தியாசமான பெண்' காட்டுகிறது. இந்தக் கதையில் விதி ஒரு முக்கிய பாகம் வகிக்கிறது. அப்பா குருட்டுப் பிராமணர். ஓசிச் சோற்றைத் தேடி அலையும் அவர் வாழ்க்கையுடன் தவிர்க்க முடியாமல் ஒன்றிவிட்ட அந்த வளரும் பெண்ணின் வாழ்க்கை கால ஓட்டத்தில் முன்னும் பின்னும் சொல்லும் இந்தக் கதையில், அவள் சின்னவளாக இருந்தபோது அம்மா ஓடிப்போனதும், பயம் நிறைந்த அவள் அப்பா அவ ளுடன் ஸிந்துபாதின் கூனன் போல ஒட்டிக் கொண்டிருப்பதும், அவள் இரக்கம் பச்சாதாபம் அனுதாபம் சில வேளைகளில் அதீதமான வெறுப்பு, தன் வாழ்வின் இலக்கற்ற நிலையைப் புரிந்துகொள்ள முடியாத மன அலைச்சல் யாவும் கதையின் ஓட்டத்தில் படிப்படியாக வெளிப்படுகின்றன. குறுக்கே அவள் உடலின் புதிய உதயங்கள்... அவள் பயங்கள்... அவளுக்கும் அவள் அப்பாவுக்கும் ஒருவிதமான love - hate உறவு... அவள் அப்பாவின் சாவு ஒருவிதத்தில் ஒரு பார இறக்கமாக இருக்க வேண்டும். இல்லை, அப்பா இறந்தபின் அவளுக்குக் கிடைக்கும் ஆண் அனுதாபம், உதவி, அந்த உதவிக்குப் பின் இருக்கும் சரீர இச்சை... இனிமேலும் சமாளிக்கத் திராணி இல்லாமல் அவள் சாவை நோக்கி ஓடும்போது அவள் பயங்கள் எல்லாம் முழுவதும் விலகி விடுகின்றன.

வருத்தப்படுகிறார். தான் ஏன் சில சமயங்களில் நாகரிகமாக நடந் கொண்டோம் என்று யோசிக்கிறார். செய்த காரியங்கள் சி வற்றை அழித்து எழுத விரும்புகிறார். தனக்கே தீர்ப்பளித்து கொள்கிறார். இந்தக் கதை சித்தரிப்பது மனித மனத்தின் ஆதா மான இரட்டை நிலையை மனச்சாட்சி என்கிற பழைய வார்த் தைக்கும் இங்கே இடம் உண்டு. கதையின் இறுதியில் தனக்கு மறு நாள் அளிக்கப் போகும் பிரிவுபசாரத்தின்போது பேச நினைக்கும் வாக்கியங்களை எழுதுகிறார். ஒரு விதமான குற்ற ஒப்புதல் போல் அவர் எழுதிக் கொண்டிருக்கும்போது நிகழ்வது என்ன... தமிழ்ச் சிறுகதைகள் பல படித்தவர்கள் சுலபமாக அனுமானிக்கக் கூடிய நெஞ்சு வலி... கதையின் இறுதியில் ஜட்ஜின் சாவிலும் பாதியில் நிறுத்தப்பட்ட அவர் வாக்குமூலத்தைப் பொதுமேடையில் படிப்பதிலும் ஒரு விதமான செயற்கையும் புத்திசாலித்தனமும்தான் தென்படுகிறது. வாசகரின் அனுதாபம் கிடைப்பதில்லை.

ஒரு பெண் நேர்முகமாக, கல்யாணம் என்கிற சமூக அமைப்புடன், மறைமுகமாக அவள் விதியுடன் போராடுவதை லிங்கனின் 'கருணை மனு'வில் பார்க்கலாம். அவள் கணவன் அவளை ஒதுக்கி வைத்துவிட்டான். அவள் தன் தகப்பனுடன் வாழ்கிறாள். அவள் எழுதும் கடிதங்களுக்கு பதில் இல்லை. கடைசியில் தகப்பன் எழுதிய கடிதத்திற்குப் பதில் வருகிறது, விவாகரத்துக் கோரி. தெளிவாகவே செல்கிறது கதை. மனைவி தைரியமாக இருக் கிறாள், சமாளிக்கிறாள், சம்மதிக்கிறாள். கல்யாணம் என்கிற சமூக அமைப்பில் அவள் வாழ்க்கையில் நேர்ந்துவிட்ட மகத்தான சேதத்தை விதி என்று ஒப்புக் கொள்ளாமல் அதை எதிர்த்துச் சமாளிக்கும் நவீன பெண்ணின் நம்பிக்கையூட்டும் தொனி தெரி கிறது. ஆதாரமாக அவன் தன் பிரச்சனைகளை ஆராயும் பகுத்தறிவு கலந்த உரையாடல்களில் கதாசிரியன் திறமை நன்கு தெரிகிறது. தெளிவாகச் சொல்லும் கதையில் தமிழ் சினிமா சமாச்சாரம் கடைசியில் வந்து விடுகிறது. கணவன் ஸ்கூட்டர் விபத்தில் கால் இழந்து விடுகிறான் (அவர்களுக்குள் பிளவை ஏற்படுத்தியதுகூட மாமனார் வாங்கிக் கொடுக்காத ஸ்கூட்டர்!) இப்போது அவனுக்கு மனைவி தேவையாக இருக்கிறது. செய்த குற்றத்துக்கு கருணை மனு அனுப்புகிறான். அவளை ஏற்றுக் கொள்ளச் சம்மதிக்கிறான். அவள் 'தூக்கு தண்டனை உறுதியானதும் எல்லாக் குற்றவாளி களும்தான் கருணை மனு எழுதுவர். ஆனா அவங்க எல்லோருமே மன்னிக்கப்படறதில்லை. மன்னிக்கப்படவும் கூடாது' என்று நிராகரித்து விடுகிறாள்.

இந்தக் கதை இன்னும் தள்ளி விமரிசிக்கப்பட்டிருக்க வேண்டிய உன்னதமான கதை. ஆனால், எடுத்துக்கொண்ட மிகப்பெரிய கதைக்கு ஆசிரியரின் நடை இன்னும் தயாராகவில்லை.

'இரவு எத்தனையோ விதமான இனம்புரியாத மர்மமான சப்தங்கள், ஓசைகள், ஒலிகள், இருள், எவ்வளவு கோபமாக மூர்க்கமாக ஆழமாக இந்தப் பூமியைச் சுற்றிக்கொண்டு' - இந்த வகை தொனியில் துவங்கும் கதை உடனே கொச்சைக்கு இறங்கி, 'இரவுன்னு ஒண்ணு எதுக்கு வரது? பகலாவே இருக்கக் கூடாதா சனியன்...' என்று மாறுகிறது. 'நீங்க பாட்டுக்கு எங்கேயாவது பிராமணார்த்தம் சாப்பிடப் போயிடுவேள்... கல்யாண வீட்டுக்குப் போயிடுவேள்... அம்மா நீராகாரத்தைக் குடிச்சுட்டு அல்லது முருங்கக்கீரையை வேகவச்சு உப்புப் போட்டு தின்னுட்டு எத்தனை நாள் இருந்திருப்பா... நானும் அம்மாவோட அதை அனுபவிச்சிருக்கேன்' என்று மகளைத் தந்தையிடம் சொல்ல வைக்கும்போதுதான் தகப்பன் குருடன் என்பதை மறந்து விடுகிறார். இருந்தும் இந்த ஆசிரியரின் மற்ற கதைகளைப் படிக்க என்னுள் ஆவல் பிறக்கிறது. துகிலுரிக்கும் ஆவலைப் புதிய எழுத்தாளர்கள் சற்று கட்டுப்படுத்திக் கொள்ள வேண்டும். மேலும் சிறுகதை அளவில் ஒரு வாழ்நாளையே சொல்ல விரும்பும்போது அது நாவலின் சுருக்கமாகி விடுகிறது.

சிவசங்கரியின் வைராக்கியத்தில் இரண்டு வேறுபட்ட சமூக அமைப்புகளின் சந்திப்பைப் பார்க்கிறோம். தன் நாய்க்கு மாட்டு இறைச்சி வாங்குவதற்காகத் தன் கார் டிரைவருடன் சென்று சேரிக்கு அருகில் இறைச்சி விற்கும் கசாப்புக் கடைக்குச் செல்லும் பெண். அவள் சமூக நிலையைச் சுலபமாகக் கணித்து விடலாம். அவள் பிரவேசிக்கும் சேரியில் வேறு உலகம். கோவனாண்டிகள். சிக்குப் பிடித்த தலைகள். இந்தச் சந்திப்பு சுவாரஸ்யமாகச் சொல்லப்பட்டிருக்கிறது. இவள் இறைச்சிக்காகக் இறைச்சிக்காகக் காத்திருக்க, காருக்குள் எட்டிப் பார்த்து, 'டேய் ரேடியோ பெட்டி இருக்குதடா' என்று அவளை வினோதப் பிராணியைப் போல் பார்ப்பார்கள். கையில் குச்சியை வைத்து 'ங்ர்' என்று வண்டியிலே கோடு இழுக்கிறவர்கள்...

நாய்க்குக்கூட ஹைஜின் (Hygeine) கற்றுத் தரும் சூழ்நிலையிலிருந்து வருபவனை செத்த மாடு மிதக்கும் பச்சைத் தண்ணீர் அழுக்குக் குளத்தில் உற்சாகமாக விளையாடும் சேரிச்

சிறுவர்களின் உலகத்துக்குள் பிரவேசிக்க வைப்பது எது? பசியா? தேவையா? கட்டாயமா? இல்லை நாய்க்குத் தரப்பட்ட செல்வம்...

ஒரு பசு மாட்டை வெட்டும் கோரமான காட்சியையும் பார்க்க நேருகிறது அவளுக்கு... அந்தக் காட்சி அவள் மனத்தை மிகவும் பாதிக்கிறது. இனி நாய்க்கு மாட்டிறைச்சி வேண்டாம் என்கிற முடிவிற்கு வருகிறாள்.

அந்த நாயின் மேல் அவளுக்கு அன்பு... அந்த அன்பின் தீவிரம், பார்த்த அவலச் சிறுவர்களின், பார்த்த கொலைக் காட்சியில் தீர்மானிக்கப்பட்ட வைராக்கியத்தை எப்படி மெதுவாகக் கரைக் கிறது என்பது கதையின் போக்கு. கதையின் சிறப்பான அம்சம் இது. சமூகத்தின் மேல்மட்டத்துப் பெண்களிடமும் உணர்ச்சி, இரக்க, பச்சாதாப இத்யாதி உணர்ச்சிகள் இருந்தாலும் அவர்கள் மறுபடி தம் உலகிற்கே திரும்பும்போது மற்ற சில தேவையற்ற தாற்காலிக உயர்தர மாயைகள் சீக்கிரம் அவர்களை ஆக்கிரமித்து விடுகின்றன. அவர்கள் அடைவதெல்லாம் தாற்காலிக உன்னத நிலைகளே.

சிவசங்கரி கதை சொல்லும் போக்கில் அடிக்கடி மிகைப்படச் சொல்வதைத் தடுக்கலாம்.

இரண்டு வித்தியாசமான சூழ்நிலைகளில் வளர்ந்தவர்கள் சந்திக் கிறார்கள். வெ. ஜானகியின் 'நீல வானத்தில் வெள்ளை நாரைகள்' என்கிற கதையில், சிந்திக்க வைப்பது எது? போர். போர், நம் சமூக அமைப்பின் குறைபாடுகளில் ஒன்று. தேசங்களின் ஆத்திரங்க ளாலும், அதன் தலைவர்களின் திறமைக் குறைவாலும் வியர்த்த மாக ஆயிரக்கணக்கான இளைஞர்கள் இறக்க நேரிடும் அபத்தம். இந்திய பாகிஸ்தானியப் போரில் ஒரு முனையின் ஒரு பகுதியில் அடிபட்ட இந்திய வீரன் சரணடைந்த கிராமத்தின் ஒரு பள்ளிக் கூடக் கட்டடத்தில் சக சிப்பாய்களின் உதவியை எதிர்பார்த்துக் காத்திருக்கிறான். உள்ளே ஒளிந்து கொண்டிருக்கும் பாகிஸ் தானியன் ஒருவனைச் சந்திக்கிறான். எதிரியைக் கொல்லக்கூடத் திராணி இல்லாதபடி அவனும் அடிபட்டிருக்கிறான். முரண்படும் இந்த இரண்டு நிலைகளும் இந்தக் கதையில் துல்லியமாகச் சொல்லப்பட்டிருக்கின்றன. கோவித் - யூஸுஃப், இந்தியன் - பாகிஸ்தானியன், வென்றவன் - தோற்றவன், வயதானவன் - இளைஞன்... இவ்வளவு வேறுபாடுகள் இருந்தாலும் ஆதாரமாக

அவர்களுக்குள் இருவரும் மானுட ஒற்றுமைகளைப் பற்றியே கூறுவது கதை. வெற்றி தோல்விக்கு எதுவும் அர்த்தமே இல்லாத நிலையில் சாவின் அருகில் இருவரும் இருக்கிறார்கள். அந்த இளைஞனின் அழகான முகம் இந்தியனுக்குப் பிடித்திருக்கிறது. அவனை வெறுக்கும் அவன் கடமைகளும், சொல்லித் தந்த யுத்தப் பாடங்களும் அவனைத் தூண்டினாலும் அவனால் இளைஞனை வெறுக்க முடியவில்லை. அவன் மனைவியையும் அவன் கனவுகளையும் இவன் யோசிக்கிறான். மரண பயம் பாகிஸ்தானியனை வந்து ஆக்கிரமிக்கும்போது இந்தியன் ஆறுதல் சொல்கிறான். 'அவன் பிதற்றும் ஸலிமா என்கிற பெயர் அவன் காதலியா? அவன் தங்கையா... என் லட்சுமியைப் போல் இருப்பாளா? அவளுக்கு நெற்றியில் குழற்கற்றைகள் அலங்கரிக்குமா? ஸலிமா இவன் காதலிதான் என்று என்ன நிச்சயம்? சொல்லப்போனால் அவன் இன்னும் காதல் விவகாரங்களின் அருகேயே இதற்குள் போயிருக்க மாட்டான். அவ்வளவு குழந்தைத்தனமாக இருக்கிறது இவன் முகம். என் லட்சுமியாவது ஒரு குழந்தையைப் பெறும் சாக்கில் இறந்து போனாள். இவன் வாழ்க்கை என்ன என்பதைத் தெரிந்து கொள்ளாமலேயே போய் விடுவானோ?'

மறுநாள் காலை இறக்கும்போது யூஸுஃப் சாம்பல்பூத்த வெறுமையான வானத்தைக் காட்டி, 'எவ்வளவு நாரைகள் மேலே பறக்கின்றன... அழகாக இல்லை' என்று தான் சிறுவயதில் பார்த்த நாரைகளையும் கடற்காற்றையும் மணலையும் மறுபடி உணர்கிறான்... அந்த நினைவின் இனிமையிலேயே இறந்து போகிறான்.

வெற்றான வானத்தில் இளைஞன் கண்களுக்கு வெண்மையான நாரைகள் தெரிவது அவன் மனத்தில் இன்னும் மிச்சமிருக்கும் வாழும் இச்சையைக் காட்டுவதுடன், காதலின் அரவணைப்பை ஓர் இன்பமான உணர்வாகவும் காட்டுவது இந்தக் கதையின் அழகான உச்சக்கட்டம்.

குறைகள் அதிகம் இல்லாத இந்தக் கதையைப் படிக்கும்போது இந்தியனின் சில கொள்கைகளிலும் வாசகங்களிலும் தெரியும் செயற்கைத்தன்மை உறுத்துகிறது. குறிப்பாக விமானங்கள் வரும்போது இந்தியன் 'அது உங்களுடையது அல்ல. எங்களுடையது. நீங்கள் வகையாக மாட்டிக்கொண்டு விட்டீர்கள்' என்று சொல்லுமிடத்திலும் மரணத்திற்குப் பயப்படும் யூஸுஃபிடம் 'நம்மைச்சுற்றி யார் வந்து பயமுறுத்துகிறார்கள்? யமனின் தூதர்களா? பாவ புண்ணியங்களை அளக்கும் கணக்கர்களா? எந்த

நிழல்கள் நம்மை நெருங்குகின்றன?' போன்ற கவிதை முயற்சிகள் சந்தர்ப்பத்துக்குப் பொருத்தமில்லாதவை.

வண்ண நிலவனின் 'கரையும் உருவங்கள்' (இந்தத் தலைப்பின் அர்த்தம் எனக்குப் புரியவில்லை) சிக்கனமாக எழுதப்பட்ட அழகான கதை. 'தலையைக் குனிந்தபடியே நடந்து வந்து கொண்டிருந்தான்' என்ற ஆரம்பமே கதையில் இளைஞனின் உள்நோக்கிய மனப்போக்கைச் சட்டென்று சொல்லி விடுகிறது. வேலையில்லாத இளைஞர்களின் நினைவுகளின் ஓட்டத்தைச் சொல்லும் கதைகள் இன்றைய சூழ்நிலையில் அதிகம் பார்க்கலாம். அதைத் திறம்படச் சொல்லும் கதைகள் அரிதானவையே. *வண்ண நிலவன் கதையில் அது திறம்படவே சொல்லப் பட்டிருக்கிறது. இந்தக் கதையின் இளைஞன் 'முதல் பிறைசு' இளைஞனிலிருந்து வேறுபட்டவன். இவனுக்கு ஆதார உணர்ச்சி பசியில்லை. ரோஷம். இவனுக்குச் சாப்பாடு கிடைக்காமல் இல்லை. அன்பான அக்கா இருக்கிறாள். இவனை எவரும் ஏன் இப்படி வெட்டியாக இருக்கிறாய் என்று அதட்டிக் கேட்கவில்லை. இருந்தும் இவன் சோகம் உண்மையான - நாம் சுலபமாக உணரக்கூடிய ஒன்று. இவன் தொட்டால் சுருங்கித்தனம் எதிலும் இவன் பார்க்கும் Pessimism... இவையெல்லாம் இந்த யுகத்தின் பல்லாயிரக்கணக்கான இளைஞர்களின் ஒட்டுமொத்தமான குறியீடுகள்.

பலசரக்குக் கடையின் முன்னால் பலகை பெஞ்சி காலியாகக் கிடக்கிறது. 'எஸ்.எஸ்.எல்.சி. படிக்காதிருந்தால் ஒருவேளை அதில் படுக்கத் தைரியம் வந்திருக்கக் கூடும்' என்கிறபோது இவர்களின் இரண்டும் கெட்டான் நிலை சுலபமாக, சிக்கனமாகக் கூறப்படுகிறது. சங்கரன் அவன் பெயர். அவனை யாரும் திட்டவில்லை. அவனுக்குப் பசிக்கிறதென்றால் வாயெடுத்துச் சொல்ல மாட்டான். தனக்குப் பாத்தியதை உள்ள வீட்டிலேயே அவன் பேன்ட் உபயோகிக்க மாட்டான். சோப்பு போட்டுக் குளிக்க மாட்டான். சலுகைகளை மறுக்கிறான். இது ஓர் ஊமைக் கோபம். அவன் கோபத்தின் இலக்கு என்ன என்று சொல்லாமல் விட்டிருப்பதில் ஆசிரியரின் திறமை வெளிப்படுகிறது. சுலபமாக சங்கரனின் கோபம் உலகளவு விரிந்த 'ஏ சமூகமே' என்று அவனை ஆரம்பிக்க வைத்திருக்கலாம். இந்தக் கவர்ச்சியைக்

★ இந்தத் தொகுதியில் ஏனோ இடம்பெறாத ராமச்சந்திர வைத்தியநாதனின் 'நாடகக்காரன்' என்கிற கதை இவ்வகையில் ஓர் அருமையான கதை.

கதை முழுவதும் தவிர்த்திருப்பதற்கு ஆசிரியரைப் பாராட்ட வேண்டும். சங்கரனுக்கு அனுதாபம் தேவையாகத்தான் இருக்கிறது. யாராவது அவனை அழைத்து பரவாயில்லைடா, வேலையில்லா விட்டால் என்ன என்று தட்டி சமாதானம் சொன்னால் அவன் உடனே அழுது விடுவான். உடைவதற்கு வெகு அருகே இருக்கும் இந்தச் சோக நிலையை கதை பூராவும் தொடர்ந்திருக்கிறார். அவன் அக்கா அவனைப் புரிந்து கொள்கிறாள். உனக்கு என்னடா வந்திச்சு என்று அவள் உண்மையான சக உணர்ச்சியுடன் அனுதாபத்துடன் கேட்கும்போது அவன் உடைந்து அழுகிறான்.

கதையின் இறுதியில் 'வேலையில்லாமல் இருக்கறதுக்காக இவ்வளவு ரோஷத்தோட இருக்கணுமாடா' என்று அக்கா கேட்பதை மட்டும் தவிர்த்திருக்கலாம். கதை முழுவதும் அது தான் மறைமுகமாகச் சொல்லப்பட்டுவிட்டதே...

இதுவரை நாம் பார்த்த கதைகளில் முரண்பாடுகள் பெரும்பாலும் இரண்டு நிலைகளுக்குள்ளேயே இருந்திருக்கின்றன. இரண்டு கட்சிகள் விவரிக்கப்பட்டு அலைகள் சந்திக்கும்போது, முரண்படும்போது, ஒன்றி வாழும்போது நிகழ்வதை அதிகக் குறியீடுகள் இன்றியே கூறிய இவைகள் எல்லாம் சிறுகதையின் ஒருவிதமான பால பாடம் என்றுதான் சொல்ல வேண்டும். வண்ணநிலவனின் கதையைத் தவிர்த்தால் மற்ற கதைகளில் பெரும்பாலும் அதன் ஆசிரியர்கள் சிறுகதை என்னும் வெளிப்பாட்டுச் சாதனத்தின் முழுமையான சாத்தியக் கூறுகளை இன்னும் தீர உணர்ந்து கொண்டவர்களாகத் தெரியவில்லை. அப்படித் தீர உணர்ந்து கொண்டவர்கள் சிறுகதை எப்படி இருக்கும் என்று கேட்கலாம். இப்படித்தான் எப்போதும் இருக்கும் என்று சொல்ல முடியாது. ஆனால், இப்படியும் இருக்கும் என்று இரண்டு வேறுபட்ட உதாரணங்கள் மூலம் சொல்லலாம். ஒரு தேர்ந்த எழுத்தாளர் குறியீடுகளைச் சுலபமாக உபயோகிப்பார். அதை விளக்க கெட்டிக்காரத்தனமான கதைக்குத் தேவையில்லாத மறைமுக நிகழ்ச்சிகளைத் தேட மாட்டார் .(தமிழ் சினிமாவில் அடிக்கடி நீங்கள் இதைப் பார்க்கலாம். சாகும்போது விளக்கு அணைவது திடீரென்று அலையடிப்பதைக் காண்பிப்பது... இத்யாதி). ஒரு தேர்ந்த ஆசிரியரின் கதையில் முரண்பாடுகள் பலதரப்பட்டதாக, பலமுனைப்பட்டதாக இருக்கும். ரயில், பலதரப்பட்ட மனிதர்கள் சில மணி நேரங்களுக்குச் சந்தித்தாக வேண்டிய இடம். எனவே, ரயில் முரண்பாடுகளுக்கு நிறைய வாய்ப்பிருக்கும் இடம். இவைகளை உண்மையாகச் சித்தரிக்க

எழுதுபவனுக்கு அனுபவமும் கூர்மையான காதுகளும் பார்வையும் வேண்டும்.

ஜெயகாந்தனின் 'சக்கரம் நிற்பதில்லை'யில் பலதரப்பட்ட மனிதர்களின் சமூக நிலை முரண்பாடுகள் மட்டுமின்றி அவர்கள் மன நிலை, கொள்கை நிலைகளிலும் முரண்பாடுகள் சித்தரிக்கப் படுகின்றன. சிக்கலான இந்த அமைப்பைச் சித்தரிக்க ஜெயகாந்தனின் அனுபவம் எவ்வாறு பயன்படுகிறது என்று பார்ப்போம்.

கதையின் மையக் குறியீடு சக்கரம். சக்கரம் பலருக்குப் பல அர்த்தங்கள் தருவது. ஒரு பண்டிதருக்கு அதன் etymologyல் ஆர்வம் இருக்கலாம். ஓர் எழுத்தாளனுக்கு மனிதனால், தேவனால் பிணிக்கப்பட்ட சித்தாந்தமாகத் தென்படலாம். மனிதனால் அது விதிக்கப்படும்போது அந்தக் கோட்பாட்டிலேயே முரண்பாடு இருக்கிறது. சக்கரம் செல்லத்தான் வேண்டும் என்றால் அதை நிறுத்த நினைக்கும் மனிதனின் இரட்டை நிலை. இதிலிருந்து கிளைத்து எழும் தொழிற்சங்கங்கள், சங்கத் தலைவர்கள் அவர்களின் சுயநலங்கள் அல்லது சக்தி வேட்கைகள், சக்கரத்தை நான் நிறுத்த முடியும் என்கிற கர்வம், பிரிக்க புதிது புதிதாக அர்த்தங்கள் தோன்றக்கூடிய ஓர் அழகான குறியீடு சக்கரம்.

கதை ஆர அமரச் செல்கிறது. ஒரு பண்டிதர், ஒரு சமஸ்கிருத அகராதி எழுதுவதாகப் பேர் பண்ணிக் கொண்டு என்னென்னவோ பேர் எடுத்துக் கொண்டிருக்கும் ஓர் எழுத்தாளர், புகைக்குழாயைச் சுத்தம் பண்ணும் நண்பர். இம்மூவரும் ஒரு ரயில் பிரயாணத்துக்கு ஆயத்தம் செய்வதில் கதை துவங்குகிறது. பின்னணியில் ரயில் வேலை நிறுத்தத்தின் பயம் இருக்கிறது. தம் பிரயாணம் முடிகிற வரை அது நிகழாது என்ற நம்பிக்கை பண்டிதருக்கு இருந்தாலும், எழுத்தாளனுக்கு பிரயாணத்தில் உள்ள நிச்சயமற்ற தன்மையிலேயே கவர்ச்சி இருக்கிறது. 'பண்டிதர்', 'ஸிம்ஹம்', 'புலி' என்று அடையாளப் பெயர்களால் குறிப்பிடப்படும் இம்மூவரும் archetypes. அவர்களை ரயிலில் சந்திப்பவர்கள் யார் யார்?

பார்வைக்குத் தொழிலாளர் மாதிரியும், மாணவர்கள் மாதிரியும் தோற்றமளிக்கிற இளைஞர்கள் ஒருவரை ஒருவர் அழைத்தவாறு சிகரெட்டை மிதித்துவிட்டு, தொற்றி ஏறிக் கொள்ளும் இந்த இளைஞர்களின் உலகத்தில் நமக்குக் காட்டப்படுவது அவர்கள் ரயில் பிரயாணத்தில் கொள்ளும் உற்சாகம், ரயில் வேகம் தரும் தைரியம். ரயிலுக்கு வெளியே சட் சட்டென்று மாறும் மற்றொரு

உலகத்தில் அடிக்கடி சுவர்களில் பெரிய எழுத்துக்கள், வேலை நிறுத்தத்தை ஞாபகப்படுத்துகின்றன. கோவணமும் முண்டாசு மாய் முழங்கால் வரை வழித்த சேலையும் முதுகு தெரிய விலகிய மேலாடையுமாய் எளிய மனிதர்கள் உலகம் சில செகண்டு களுக்கு காட்டப்படுகின்றன.

இளைஞர் உலகமும், இந்த எளியவர் உலகமும் ரயிலின் ஓட்டத்தினால் ஒரு சில கணங்கள்தான் முரண்பட முடியும். நடப்பது என்ன? இளைஞர்கள அவர்களைப் பரிகாசம் செய்து அவர்களைக் கூவுகிறார்கள். நாலு மாட்டுக்காரச் சிறுவர்கள் ஒரு மேட்டின் மீது நின்று அந்தப் பையன்களின் கலாட்டாவுக்குப் பதிலாக கோவணத்தை அவித்துக் காட்டுகிறார்கள்.

கண நேர முரண்பாட்டிலும் சிறுகதை இருப்பதை உடனே நாம் உணரலாம். வண்டி செல்கிறது. நிற்கிறது. பண்டிதர் தன் பழைய மாணவன் சேஷாத்ரியைச் சந்திக்கிறார். அறுபது வயதுக்கு மேற் பட்ட கடுக்கண் அணிந்த ஒரு ஆஜானுபாகு காப்பி கொடுக்க, ஜன்னல் வழியாக அம்மாமியின் கனமான கை வாங்கிக் கொள் கிறது. ரயில் புறப்படுகிறது. 'எனக்கு இது ரொம்பவும் பழக்கம்' என்பதுபோல் கோட்டுக்காரர் நிதானமாக மோஷனில் ஏறிக் கொள்கிறார். எழுத்தாளன் ஸிம்மம் தனக்கு சேஷாத்திரியின் கொள்ளுப் பாட்டி ஒரு ரசிகை என அறிந்து கொள்கிறான். சேஷாத்ரி எழுத்தாளனுக்கு அவசரம் அவசரமாக சோஷலிசம் பற்றியும், ரெயில்வே ஸ்ட்ரைக்கின் நியாயம் பற்றியும் சில பாயிண்டுகள் கொடுத்துவிட்டு விடை பெறுகிறான். கால்கள் சூம்பி, தோளும் புஜமும் சராசரியாக இருக்கும் சப்பாணி ஏறிக் கொள்கிறான். 'கிருஷ்ணா நீ பேகனே பாரோ' பாடிக்கொண்டு பிச்சை கேட்கிறான்.

சப்பாணியைப் பற்றி மேலும் அறிந்து கொள்கிறோம். அவனுடைய நகரும் வாழ்க்கையில் அவனுக்கு ஒரு சொந்த வேதாந்தம் இருக்கிறது. ஒரு விதமான Platonic காதல் இருக்கிறது. அவனுக்கும் ஒரு குருநாதர் இருந்திருக்கிறார். அவன் கற்ற பாடல்கள் வெளிப்படுகின்றன. அரை மனிதன் மெல்ல முழு மனிதனாக உருவாகிறான்.

வரப்போகும் ரயில் ஸ்ட்ரைக்கைப் பற்றி சப்பாணி என்ன சொல்கிறான்? அவன் தொழில் பாதிக்கப்படும் என்பது பற்றி கவலையில்லை அவனுக்கு. ரயில் என்னும் மகத்தான இயந்திர

இயக்கத்தில் இருக்கும் கவிதை நிலைகள் எல்லாம் நின்று போய்விடுமே என்றுதான் கவலை. இரவில் தண்டவாளங்கள் பின்னுவதும், விளக்குகள் நிறம் மாறுவதும், பாயிண்ட் அடிக்கிற சப்தங்களும், இஞ்சினுக்குள் கரி தள்ளுகிறவன் முகம் வெளிச்சத்தில் கடவுள் மாதிரி சொலிப்பது நின்று விடுமே என்று கவலைப் படுகிறான்.

ரயில் நின்றே விடுகிறது. ஸ்ட்ரைக் முன் கூட்டியே வந்து விடுகிறது. ரயில் நிஜமாக நின்று விட்டபோது பொதுவான ஒரு தேசப் பிரச்னையாக இருந்த ஸ்ட்ரைக் சொந்தப் பிரச்னையாக மாறி விடுகிறது அவர்களுக்கு. அவர்கள் 'பிரின்ஸிபல்' வெளியாகிறது. அது பத்திரம். ராத்திரிக்குள் எப்படியாவது வீடு திரும்பி விடலாம். வீட்டுக்குத் திரும்பிய பின் வீட்டின் பத்திரத்தில் ரயில் ஸ்ட்ரைக்கின் நியாய அநியாயங்களை அலசலாம். ஜெயகாந்தன் அவர்களை வீட்டுக்கு நிஜமாகவே ஓட வைக்கிறார். அதற்கு முன் சப்பாணி சக்கர வண்டியில் விரைந்து செல்வதை அவர்கள் பார்க்கிறார்கள்.

ஜெயகாந்தனின் நடையில் இயல்பான தர்க்க அமைப்பை அடிக்கடி பார்க்கிறேன்.

ஓர் உதாரணம்: 'மனிதர்கள் அவசியம் என்று கருதியும் அனாவசியம் என்று விலகியுமா பேசுகிறார்கள்? தத்தம் மனசைக் கொஞ்சிக் கொள்வதற்காகத் தானே பேசிக் கொள்கிறார்கள்?'

இந்தச் சிறுகதையை நான் மிகவும் ரசித்துப் படித்தேன். இதை ஒரு விதத்தில் Amorphous என்று சொல்லலாம். பிரயாணம் செய்யும் மூவரும் ஒரு வகையில் பார்வையாளர்களே. பிரயாணம் மிக உண்மையான பிரயாணம். அதன் இறுதியில் 'இதை வைத்துக் கொண்டு ஒரு கதை எழுதி விடுவார்கள்' என்று புலி, எழுத்தாள னிடம் சொல்லும்போது ஸிம்மம், 'ம்! கதை நீர் எழுதும் கதை! நான் ஸ்ட்ரைக்கைப் பத்தி ஒரு கட்டுரையே எழுதறேன்' என்கிறான். ஆம்! அழகாக எழுதப்பட்ட கணம் எரிச்சலுடன் எழுதப்பட்ட கட்டுரையும் கலந்தது ஜெயகாந்தனின் சக்கரம் நிற்பதில்லை.'

வண்ணதாசனின் தனுமை என்கிற கதையை மிகச் சுலபமாக, ஆனால் அநியாயமாக ஒரு வரியில் சுருக்கி விடலாம். ஞானப்பன் தனலட்சுமியை விரும்புகிறான். ஆனால், டெய்ஸி வாத்திச்சி தான் வருகிறேன் என்கிறாள். அவ்வளவுதானா? சாதாரண காதல்

முக்கோணமா? இல்லை. சிறுகதைக்கு கதையம்சம் முக்கிய மற்றது என்பதை உணர்த்தும் இந்த உள்மனத்தில் நடைபயிலும் கதையை நான் தொகுதியின் சிறந்த கதை என்று கருதுகிறேன்.

தனலட்சுமி, ஞானப்பன் என்ற பெயர்களிலேயே முரண்பாடு இருக்கிறது... ஓர் எட்டாத தன்மை... ஞானப்பன், டெய்ஸி என்ற பெயர்களில் மற்றொரு முரண்பாடு... சுலபத்தில் கிடைக்கும் தன்மை. இந்த இரண்டு தன்மைகளுக்கும் முரண்பாடு ஞானப்பன் மனத்தில் நிகழ்கிறது. கதை நிகழ்வது ஒரு ஆர்பனேஜ் அருகில். அங்கே ஞானப்பன் தனிமை நாடி வருவது படிப்பதற்கும், அவன் மனம் பூரா வியாபித்திருக்கும் தனுவைப் பார்ப்பதற்கு வாய்ப் பிருப்பதற்கும். தனு பஸ்ஸில் வருவாள். அங்கே இறங்கி, காலனிக்கு தனம் நடந்து செல்வாள். அதைப் பற்றி கதையில் அதிக விவரம் இல்லை. ஒரே ஒரு தடவை அவளுக்குத் தம்பியுடன் வரும்போது வழி விட்டிருக்கிறான். அப்போதுதான் அவள் பெயரைத் தற்செயலாகத் தெரிந்து கொண்டிருக்கிறான். அவளுக்கு ஒரு கால் பலவீனமானது. அவளுக்காக அவன் பீடி குடிப்பதை நிறுத்தி சிகரெட் குடிக்கவும், கைலியை மரியாதை யுடன் கட்டவும் பழகி இருக்கிறான். அவளுடன் அவன் பேசிய தாகத் தெரியவில்லை. அவள் உதிர்த்த பூவை தன் புஸ்தகத் துக்குள் பாடம் பண்ணி வைத்திருக்கிறான்.

காலனி பெரிசாகி விட்டது. பஸ்ஸை அதுவரைக்கும் விடத் துவங்கி விட்டார்கள். இனி தனு ஆர்பனேஜ் அருகில் இறங்க மாட்டாள். ஞானப்பன் பீடி குடிக்கலாம்; கைலியை உயர்த்திக் கட்டலாம். தனு இனிமேல் அவனை விட்டு விலகித்தான் செல்லப் போகிறாள். அவனைப் பார்க்க அதிகச் சந்தர்ப்பங்கள் இருக்காது. பார்த்தாலும் உடனே அவளிடம் தன் விருப்பத்தைச் சொல்லக் கூடிய ஜாதியாகத் தெரியவில்லை ஞானப்பன். அவன் மனத்தில் வியாபித்திருக்கும் 'தனுவை' அவனுள்ளே பத்திரமாக ஒரு கவிதை ஜரிகையிட்ட ரகசியமாக உறையப் போகிறது. அந்தப் பூவைப் போல. என்னதான் அவன் மனத்தில் உள்ளே மறைத்து வைத்திருந் தாலும் அந்த விருப்பத்தை மற்றொரு பெண் டெய்ஸி வாத்திச்சி - சுலபமாக அறிந்து கொண்டு விடுகிறாள். கட்டுமஸ்தான டெய்ஸி வாத்திச்சி இது ஆசிரியரின் வார்த்தை - ஞானப்பனிடம் வரத் தயாராக இருப்பவள். மழைக்கு ஒதுங்கும்போது ஞானப்பன் டெய்ஸி தரும் உபசாரத்தை வேண்டாம் என்று சொல்லும்போது அவளையே தான் வேண்டாம் என்று குறிப்பிடுகிறான். டெய்ஸி

'தனலட்சுமிதான் வேணுமாக்கும்' என்று கண நேர வெறியில் அவனை அழுத்தி அணைத்துவிட்டு தன் போக்கில் நடந்து செல்கிறாள். கதை முடிகிறது.

சுலபமாகக் காதலுக்கும் காமத்துக்கும் முரண்பாடாகக் கூடச் சொல்லிவிடலாம். இந்தக் கதையை ஞானப்பன் வைத்திருக்கும் பூப்போலத் தொட்டால் உதிர்ந்து விடக்கூடிய இந்தக் கதையைப் பலப்படுத்தி இலக்கிய நிலைக்கு உயர்த்துவது கதை சொல்லப் பட்டிருக்கும் விதம், வண்ணதாசனின் நடை.

ஞானப்பனின் பார்வையிலிருந்தே பிசகாமல் வர்ணிக்கப்படும் இந்தக் கதையில் அந்த ஆர்பனேஜூம் காலனியும் மைதானமும் தேரி மணலும் மழையும் மூச்சு விடுவதை உணர முடிகிறது. கதாசிரியர் விவரிக்கும் ஆர்பனேஜ் சூழ்நிலையில் ஏழ்மை நிலையை, புகலற்ற தன்மையை உபயோகித்து அனாதைகளுக்கு ஆதரவு தந்து புகலிடமும் சோறும் தந்து ஜெருசலத்தை நோக்கிப் பாட வைக்கும் கிறிஸ்தவ மிஷன் அமைப்புகளின் நன்மை தீமைகள் ஆராயப்படுவதில்லை. தன்னைச் சுற்றி நிகழ்பவைகளின் ஆதாரச் சோகங்களையும் விதை நிலைகளையும் பார்க்கிறான் ஞானப்பன். ஆர்பனேஜ் எப்படி உருவாகிறது பார்க்கலாம். அனாதை இல்லம். ஹார்மோனியப் பெட்டி, நடை வண்டி நடைபோல் கேட்கிறது. பத்துப் பதினைந்து அனாதைகளின் மத்தியில் ஒரு தைரியமுள்ள அனாதை ஒவ்வொரு பல்லாக அழுத்திக் கொண்டிருக்கும் ஆர்மோனியம். ஞானப்பன் அதை வாங்கி, அவர்களுக்கு 'தட்டுங்கள் திறக்கப்படும்' மெட்டு வாசித்து விட்டு 'என்ன பாட்டு சொல்லுங்க பார்க்கலாம்' என்கிறான்.

'இந்த நல்ல உணவைத் தந்த நம் இறைவனை வணங்குவோம்' என்கிறான் ஒரு பையன்; தினம் காலையில் அலுமினியத் தட்டும் தம்ளருமாக உட்கார்ந்து கொண்டு கோதுமை உப்புமாவுக்கும் மக்காச்சோளக் கஞ்சிக்கும் எதிர்பார்த்து அவர்கள் பாடுகிற பாட்டின் மெட்டுத்தான் அந்தப் பையன்களுக்கு எந்தப் பாட்டி லும் எனப்படுகிறது. ஞானப்பன் 'எல்லாம் ஏசுவே' வாசிக்கும் போது அத்தனை பேரும் அடுத்த வரிகளைப் பாடுகிறார்கள். அந்த ஆர்பனேஜின் அத்தனை வேப்பம் பூக்களும் பாடுவதுபோல, சட் சட்டென்று மாறும் காட்சிகளில் அந்த அனாதைகளை மிகத் திறமையுடன் நம்முன் நிறுத்துகிறார்.

பால் மாவு டப்பாக்களில் தண்ணீர் மொண்டு அவர்கள் செய்யும் தோட்ட வேலை, வாரத்துக்கு ஒரு நாள் வரும் நாவிதனுக்குத்

தான் பிடாரியைக் குனிந்து முகம் தெரியாத அம்மாவின் முகம் நினைத்து அழுது கொண்டிருக்கும் அவர்கள் சோகம்.

கிணற்றடியில் அவர்கள் உப்பு நீரை இறைத்துக் குளிப்பது; அதில் விழுந்த இரண்டு பைசாவைத் தண்ணீர் இறைத்து இறைத்துத் தேடும் அவர்கள் பரம்பரக் கனவு.

வண்ணதாசனின் கூர்மையான, அனைத்தும் கிரகிக்கும் பார்வையில் அந்த ஆங்கிலோ இந்தியக் குடும்பங்களும் சர்ச் ஐயாக்களும் மிகவும் உயிர் பெறுகிறார்கள். ஞானப்பன் மணலில் நடக்கும் போது நமக்கும் எலும்புகள் நெருடுகின்றன. நமக்கும் அந்த முட்கள் குத்துகின்றன.

நவீனத் திரைப்படங்களில் Parallel Cinema இயக்கம் போல் தமிழிலும் சில யௌவன எழுத்தாளர்களின் கூர்ந்த நோக்கிலும், அவர்கள் வட்டார வழக்கங்களின் தமிழின் பாதிப்பிலும் ஒரு புதிய இயக்கம் உருவாகி வருவதை நான் பல சிறிய பத்திரிகைகளில் பார்க்கிறேன். வரவேற்கிறேன். இந்தப் புதிய சந்ததியில் ஒருவருக்கும் இந்தத் தொகுதியின் சிறந்த கதைக்கான மதிப்பை அளிக்கிறேன்.

நன்றி, வணக்கம்

பங்களூர் 11.3.75 **சுஜாதா**

'தனுமை' சிறுகதைத் தொகுதி பற்றிய மதிப்பீடு.

8. என் முதல் கதை

சமீபத்தில் ‘குங்குமம்’ பத்திரிகையின் வாசகர்கள் எனக்கு ஆயிரக் கணக்கான கேள்விகள் அனுப்பியிருந்தார்கள். (ஜாலஹள்ளி தபால்காரர் என்னை - ஒரு ‘தனியே வா - கவனித்துக் கொள் கிறேன்’ பார்வை பார்த்தார்.) கேள்விகளில் நூற்றுக்கணக் கானவை திரும்பத் திரும்ப ஒரு விஷயத்தையே கேட்டன.

‘உங்களைப் போல எழுத்தாளன் ஆவது எப்படி?’

யோசித்துப் பார்த்தேன், அவர்கள் என்ன பதில் விரும்புகிறார் கள்? சமையல் குறிப்புகள் போலவா?

கொஞ்சம் சம்பவங்களை வாணலியில் இட்டு, பொன் போல வறுத்துக் கொள்ளவும். கதை கரு சேர்க்கவும். வேக வைக்கவும். பொங்கி வரும் சமயத்தில் இரண்டு தேக்கரண்டி அனுபவங் களைச் சேர்த்து, தேவையான அளவு செக்ஸ்... சேர்த்து... இப்படியா? அல்லது,

கோடிட்ட காகிதத்தின் இடது ஓரத்தில் ஆரம்பிக்கவும். நம்பிக்கை உள்ளவர்கள் பிள்ளையார் சுழி இடவும்...

இப்படியா? எந்த மாதிரி பதிலை எதிர்பார்க்கிறார்கள். எழுத் தாளன் ஆவதற்கு மைலாப்பூர் போவதற்கு உள்ளதைப் போல ஒரு திட்டவட்டமான விவரிக்கக் கூடிய வழி இருப்பதாக எனக்குத் தோன்றவில்லை. நான் எப்படி எழுத்தாளன் ஆனேன் என்பதை யோசித்துப் பார்த்ததில் பற்பல காரணங்கள் தற்செயலாக, இயல்பாக நிகழ்ந்திருப்பதை உடனே உணர்கிறேன்.

'சின்ன வயசிலிருந்தே எனக்கு எழுத்து என்றால ஒரே மோகம். ஒன்றரை வயதில் குறைந்த சாதத்துடன் கொஞ்சம் சிறுகதையும் கக்க ஆரம்பித்தேன்' என்று என் அம்மா சொல்வாள். இப்படி எல்லாம் சொன்னால் அது அயோக்கியத்தனம். மேலும் இன்ன தேதி குறிப்பிட்டு, நான் அன்றிலிருந்து எழுத்தாளன் ஆனேன் என்றும் குறிப்பிட இயலவில்லை. ஆனால், இன்றைய பின் பார்வையின் ஒரு சில சம்பவங்கள் திருப்புமுனைகளாக இருந் திருப்பது இப்போது தெரிகிறது.

எட்டாம் வகுப்பில் இரண்டாம் மொழி தமிழ் எடுத்துக் கொள் வதா, சமஸ்கிருதமா என்றொரு சட்டம் அந்த நாளில் உண்டு.

மற்ற பிராமணப் பையன்கள் சமஸ்கிருதம் எடுத்துக் கொண்ட போது, நான் தமிழை ஏன் தேர்ந்தெடுத்தேன் என்பது வியப்பாக இருக்கிறது. தமிழின் மேல் ஆசை என்று சொன்னால் அது மற்றொரு கெல்லியடி. தமிழில் நான் எப்போதும் அதிகம் மதிப்பெண் பெற்றதாகச் சரித்திரம் இல்லை.

தமிழாசிரியர் தேசிகர் என்பவர் ஒரு தீவிரமான பிராமண துவேஷி. என்னை 'ஆச்சாரியாரே' என்று கூப்பிட்டு தாயுமானவரை ஒப்பிக்கா விட்டால் காதைத் திருகுவார். வலி தாங்க முடியாமல் தட்டியைக் கடந்து 'சமஸ்கிருத' வகுப்பில் குதித்திருக்கலாம். ஆனால், அங்கே அதைவிட ரகளை. சமஸ்கிருத வாத்தியார் சவரம் செய்து கொண்டு பையன்களின் சிண்டைப் பந்தாடுவார். இதற்கு காது திருகல் தேவலை என்று தமிழ் வகுப்பை நான் தேர்ந்தெடுத்திருக்கலாம். நிச்சயம் தமிழ் மோகமில்லை. இருந்தும் அப்போதிருந்தே தமிழ் படித்தது ஒரு விதத்தில் என் எழுத்துக்கு அஸ்திவாரமாக இருந்திருப் பதை இப்போது உணர முடிகிறது. அந்த நாட்களில் வினோதமாக, யாப்பு என்னைக் கவர்ந்ததும் ஞாபகம் இருக்கிறது.

அப்போதெல்லாம் மழை நாட்களில் 'தென்றல்' என்ற ஒரு கையெழுத்துப் பத்திரிகை நடத்தியதும் ஞாபகம் வருகிறது. அதில் நான் எழுதிய தொடர்கதையின் தலைப்பு ஞாபகம் இருக் கிறது. கள்ளர் தலைவன்! அப்போதே கள்ளர்கள்!

'தென்றல்' நடத்துவது அரும்பாடாக இருந்தது. பிச்சை என்கிற கையெழுத்து அழகாக உள்ள நண்பனையும், மேலச்சித்திரை வீதியில் படம் போடக்கூடிய மற்றொரு ரங்கராஜனையும் தேடி அலைவேன் (இவர் பிற்காலத்தில் மற்றொரு துறையில்

பிரபலமாகி விட்ட கவிஞர் வாலி). தென்றல் ஒரு பிரதி எழுதி பைண்டு செய்து 10 பேர் படிப்பதற்குள் மழை நின்று பத்திரிகை யின் கலைஞர்கள் எல்லோரும் பம்பரம் ஆடவோ, வடக்கு வீதிப் பெண்களை 'சைட்' அடிக்கவோ கிளம்பி விடுவார்கள். நான் அடுத்த இதழுக்கு வல்லபாய் பட்டேல் பற்றி அறுசீர் விருத்தம் எழுதலாமா என்று யோசித்து பரீட்சை ஞாபகம் வந்து கைவிட்டு விடுவேன். முக்கி முனகி தென்றல் மூன்று பிரதி வந்தது.

கல்லூரி நாட்களில் ஆங்கிலத்தில் பாய்ந்தேன். அதுவும் கவிதை. மல்லிகையும் - ரோஜாவும் என்று நான் அயாம்பிக் பெண்டா மீட்டரில் எழுதியிருந்த கவிதையைப் படித்துவிட்டு அர்ச் சூசையப்பர் கல்லூரி ஃபாதர் செச்வேரா, 'பரமபிதாவே இவனை மன்னியுங்கள்' என்று பிரார்த்தனை செய்து, நாலணா அபராதம் விதித்தார். உடன் நிறுத்தாவிட்டால் எட்டணா. பெற்றோருக்குக் கடிதம் அனுப்பப்படும் என்றார்.

எனவே தமிழுக்கு மறுபடி வந்துவிட்டேன். திருச்சியிலிருந்து அப்போது சிவாஜி என்ற ஒரு பத்திரிகை வெளிவந்து கொண்டிருந்தது. ரொம்ப நாள் ஆண்டு மலர் மட்டும் வெளிவந்து, கடைசியில் நின்று போன பத்திரிகை, அந்த சிவாஜியில் தவறிப் போய் என் சிறுகதை ஒன்று பிரசுரமானது. காலம் 1953. எழுத்தாளனை, அவர் பாத்திரங்களில், ஒருவரைச் சந்திப்பது போன்ற கதை என்று லேசாக ஞாபகம். என் சிறுகதை வெளிவந்த அன்றைய தினம் திருச்சி நகரமே அலம்பி விட்டதுபோல துல்லியமாகத் தோன்றியது எல்லோரும் அத்தனை நல்லவர்களாக இருந்தார்கள். இரண்டு பிரதி வாங்கிக் கொண்ட கடை வாசலில் வேறு யாராவது நல்லவர் அந்தத் தரமான சிவாஜி பத்திரிகையை வாங்குவார்களா என்று ஒரு மணி காத்திருந்து பார்த்துவிட்டு, வீட்டுக்கு வந்த உடனே அடுத்த சிறுகதையை இரவோடு இரவாக எழுதி மறுநாள் பெரிய கடை வீதியில் சிவாஜி ஆபீஸுக்குக் கொண்டு சென்று விட்டேன். கதவைத் திறந்தவர், ஒரு குழந்தையைத் தோளில் போட்டுக் கொண்டு முதுகில் தட்டிக் கொண்டே 'யாரு' என்று என்னைச் சந்தேகமாகக் கேட்டார். நான் அவர்கள் சமீபத்திய இதழில் சிறுகதை எழுதியவன் என்று அறிமுகம் செய்து கொண்டதும் 'முதல் கதைக்கெல்லாம் சன்மானம் கிடையாது' என்றார். நான் சன்மானத்துக்கு வரவில்லை என்று சொல்லி அடுத்த கதையைச் சமர்ப்பித்தேன். அதை அந்தக் குழந்தை தனக்குக் கொடுத்துத்தான் ஆக வேண்டும் என்று பிடிவாதமாக அலறியது. அந்தக் கதை வெளிவரவே இல்லை.

அதற்குப் பின் எழுதுவதை ஏறக்குறைய மறந்தே விட்டேன். பி.எஸ்.ஸியில் ஆங்கிலத்தில் துணைநூலாக இருந்த நவீன ஆங்கிலச் சிறுகதைகளும் அவைகளை எங்களுக்குப் போதித்த ஜோசப் சின்னப்பா என்கிற விரிவுரையாளரும் என் மனத்தில் விதைத்த படிக்கும் ஆர்வமும், சிறுகதை ஆர்வமும் மற்றொரு திருப்புமுனை சமாச்சாரம் என்று எனக்கு இப்போது தோன்று கிறது.

அப்போது அறிமுகமான ஸாமர்ஸெட்மாம், காதரின் மான்ஸ் ஃபீல்ட், டபிள்யூ. டபிள்யூ. ஜேக்கப்ஸ், ஏ.இ. காப்பார்ட், பி.ஜி. உட்ஹவுஸ் என்று பல சிறுகதை எழுத்தாளர்களைத் தேடிப் பிடித்துப் படித்தேன். எழுதவில்லை.

1962ல் பழைய பிச்சையை மறுபடி டில்லியில் சந்தித்தேன். அவன் கையெழுத்து இன்னும் அழகாக இருந்தது. சொந்தமாகக் கதை எழுதவும் தொடங்கி இருந்தான். அவன் எழுதிய கதை ஒன்றைத் திருத்திக் கொடுத்தேன். அது பிரசுரமாகி விடவே, நானே சொந்த மாக எழுதி, அது வெளிவர வேண்டியது கட்டாயமாகி விட்டது. குமுதத்தில் வந்தது அந்தக் கதை, ரங்கராஜன் என்ற பெயரில். குமுதம் ரங்கராஜனுடன் குழப்பம் ஏற்பட்டதால் புதிய மனைவி பெயரைச் சேர்த்துக் கொள்ள சுஜாதாதான் மிஞ்சியது. அப்புறம் நடந்தது தெரிந்த விஷயம்.

சிவாஜி பத்திரிகையில் முதல் முறை அந்தக் கதை வந்தபோது அடைந்த சந்தோஷத்தை நான் மறுபடி பெறவில்லை. அந்தச் சிவாஜி பிரதியை எனக்கு இப்போது யாராவது தேடிக் கண்டு பிடித்துத் தந்தால், அவருக்கு என் ராஜ்யத்தில் பாதியைத் தந்து, என் மகளையும் கட்டிக் கொடுப்பேன்.

9. கதை பிறந்த கதை

யோசித்துப் பார்த்தால் எல்லோருக்கும் கதை சொல்லும் ஆர்வம் இருக்கிறது. அடுத்த தடவை ஒரு சம்பவத்தை நீங்கள் நண்பனிடம் வர்ணிக்கும்போது எவ்வளவு கதை சேர்த்துக் கொள்கிறீர்கள் என்பது பற்றி யோசித்துப் பாருங்கள். பலநாள் பார்க்காதவனைச் சந்திக்கும்போது சௌக்கியமா என்று கேட் கிறோம். ஆசாமி நமக்கு முன்னாலேயே முழுசாக இருக்கிறான். அவரிடம் சௌக்கியமா என்று என்ன கேள்வி. இதிலேயே ஒரு கதையின் ஆரம்பம் இருக்கிறது. அவர் பதிலைப் பார்ப்போம். 'சௌக்கியம்தான். ஆனால், போன வாரம்தான் கழுத்தில் ஒரு விதமான வலி வந்தது' என்று அந்த வியாதியைப் பற்றி ஒரு முழுப் பக்க வியாச அளவுக்குச் சொல்லுவார். ஏன்? கதை சொல்லும் ஆர்வம், மிகைப்படுத்தும் ஆர்வம். எல்லோருக்கும் கதை சொல்லும் ஆர்வம் இருந்தும் துரதிர்ஷ்டவசமாகக் கேட்கும் ஆர்வம் அதிகம் பேருக்கு இல்லை. 'அட போய்யாநீயும் உன் கழுத்து வலியும்!' என்று எழுந்து போய் விடுவார்கள். 'சௌக்கியமா?' என்று கேட்டதற்கு சௌக்கியம் என்பதற்கு மேல் இரண்டு மூன்று வரிகளுக்கு மேல் அவர்கள் பதிலை எதிர் பார்ப்பதில்லை. கதை சொல்வதற்கும் ஆசாமி எழுந்து போகா மல் உட்கார்ந்து கேட்க வைப்பதற்கும் ஒரு திறமை வேண்டும். இந்தக் கதை சொல்லும் ஆர்வம் ஆதி நாட்களிலிருந்து வந்த ஆசை. நெருப்பு ஒளியில், மின்னல், இருட்டு இந்த பயங்களில் இருந்து தன்னை மறக்க மனிதன் சொல்லிக்கொண்டே ஆதிகாலக் கதைகளிலிருந்து சிந்துபாத்தின் கதை, ஆயிரத்தொரு இரவுகள், ராமாயணம், மகாபாரதம் எல்லாவற்றிற்கும் ஆதாரமாக கதை தான் இருக்கிறது. கதைதான் எல்லாவற்றிற்கும் ஆதாரம்.

பிற்பாடு அந்தக் கதையைச் சுற்றிலும் நடை, சொல்லும் விதம், வர்ணனை, சம்பாஷணை இவை வெளிப்பட்டன. இந்த முன்னுரை போதும் என்று நினைக்கிறேன். கதை பிறந்த கதை என்பதற்கு என் அனுபவத்தில் சமீபத்தில் நான் எழுதிய ஒரு தொடர்கதையை உதாரணமாகச் சொல்லும்போது ஒரு பத்திரிகை தொடர்கதை எப்படி உருவாகிறது என்பதில் உங்களுக்குச் செய்தி இருக்கும் என்று நம்புகிறேன். இசை அமைப்பாளர் இளைய ராஜாவுடன் பேசிக் கொண்டிருக்கும்போது ஒரு தடவை 'ஒரு கிராமத்தில் நடைபெறும் மிஸ்டரி... ஒண்ணு எழுதுங்களேன்' என்றார். 'கிராமம்... மிஸ்டரி...' அவ்வளவுதான். இதுதான் கதைக் கரு. என்னுள் விதைக்கப்பட்ட ஒரு சின்ன இரட்டை வார்த்தை விதை. இது எப்படி வளர்ந்தது? சொன்னவுடன் அடி மனத்தில் அல்லது மூளையின் ஓரத்தில் சின்னதாகப் பதிந்து, தற்போதைக்கு மறக்கப்பட்டு விட்டது. ஆனால், ஒரு பத்திரமான பொறியாக அது ஞாபகத்துக்குள் பாதுகாக்கப்படுகிறது. மனத்தின் அடித்தளத்தில் இருக்கிறது. அப்புறம் பத்திரிகையிலிருந்து அழைப்பு வருகிறது. தீபாவளி சிறப்பிதழில் ஒரு தொடர் கதையை ஆரம்பியுங்களேன் என்ற முதலில் தலைப்பு தேட வேண்டும். தலைப்பு சாதாரணமாகக் கதையை எழுதிய பின் கொடுக்க வேண்டும். கதையின் முழுமையைப் பார்த்து தலைப்பு கொடுக்க வேண்டும். ஆனால், அது பத்திரிகை தொடர்கதையில் சாத்தியம் இல்லை. முழுவதும் எழுதுவது என்பது ஏறக்குறைய முடியாத காரியம். ஆரம்பத்திலேயே எழுதுவது என்பது முதலில் தலைப்பு, அப்புறம் கதை. கதை இன்னும் கருவாகத்தான் இருக்கிறது. கிராமம் மர்மம் அவ்வளவுதான். தலைப்பு கிராமம். எனவே தலைப்பு கிராமத்தோடு சம்பந்தப்பட்டதாக இருக்க வேண்டும். கிராமத்தோடு சம்பந்தப்பட்ட விஷயங்களை முதலில் யோசிக்கிறேன். கிராமம், வயல், வரப்பு, பசுமை, கிணறு, இத்யாதி, இத்யாதி, கிராமப் பாட்டு, நாட்டுப் பாடல், நாட்டுப்புறப் பாடல். என்னிடம் இருக்கும் நா. வானமாலையின் தமிழர் நாட்டுப் பாடல்கள் புத்தகத்தைப் புரட்டுகிறேன். 'பல்லில் இடைகாவி பணத்திலே செலவாளி, மேவரத்தின் நெல் அளக்க மெத்தச் செலவாளி' பாட்டு நன்றாகவே இருக்கிறது. ஆனால், இன்னும் எனக்கு தலைப்புக் கிடைக்கவில்லை. இது என்ன 'காடெல்லாம் பிச்சு, கரையெல்லாம் செண்பகப்பூ, நாடெல்லாம் மணக்குதல்ல நல்ல மகன் போற பாதை.' இரண்டாம் வரி பளிச்சென்று ஒளியிடுகிறது. 'கரையெல்லாம் செண்பகப்பூ' தலைப்பு எழுதி அனுப்பி விடுகிறேன். இப்போது கதைக்கு ஒரு

அவுட் லைன் வேண்டும். இது சற்று சிரமமான விஷயம். முதலிலே கதைக் கருவைத் தீர்மானித்து விட்டால் எழுத எழுத மாறுதல்கள் செய்ய முடியாது. தீர்மானிக்காமல் இருப்பதும் நல்லதல்ல. ஆரம்பத்தில் கல்யாணராமனுக்கு ஒரு அக்கா இருப்பாள். கடைசி அத்தியாயத்தில் அவள் இறந்து விடுவாள். அல்லது ஆரம்பத்தில் இறந்திருப்பாள்; கடைசி அத்தியாயத்தில் பிழைத்தெழுவாள். கதைக் கரு எழுதுவதற்கும் ஒருவிதமான சாமர்த்தியம் வேண்டும். எழுதும்போது பிற்பாடு மாற்ற, சலுகைகள் தரும் கதைக் கருவை எழுத வேண்டும். இப்பொழுது கதையை யோசித்தே ஆக வேண்டும். கிராமத்தைப் பற்றி எனக்கு அதிகம் தெரியாது. நான் சின்ன வயதில் பார்த்த திருநெல்வேலி கிராமங்கள் எல்லாம் என் நினைவில் மஞ்சாகவே இருக்கின்றன. கிராமத்து ஆசாமியைக் கதாநாயகனாக அமைப்பதில் சிரமம் இருக்கும். நான் நகரத்து ஆசாமி. நான் கிராமத்துக்குப் போனால் என்ன பார்ப்பேன் என்பதை எழுத முடியும் என்று தோன்றியது. நகரம் கிராமத்திற்கு எதற்குப் போகும்? ஒரு நகர டாக்டர் கிராமத்திற்குப் போகலாம். அல்லது ஒரு நகரத்தவன் கிராம நல ஊழியனாகப் போகலாம். யோசிக்கிறேன். எதிரே தமிழர் நாட்டுப் பாடல்கள் புத்தகம். மறுபடியும். ஆம், நாட்டுப் பாடல் ஆராய்ச்சி. அடுத்த கேள்வி, எங்கே? கிராமத்தில் கதை அதிகம் இல்லை. பசு மாடு, வயல், வரப்பு, ஏற்றம், இறக்கம் என்று எவ்வளவு அத்தியாயம் எழுத முடியும். எனவே நான் சென்னையிலிருந்து பங்களூருக்கு இடையே அடிக்கடி பிரயாணம் செய்யும்போது பிருந்தாவன் எக்ஸ்பிரஸிலிருந்து ஜன்னல் வழியாகப் பார்த்த ஒரு காட்சி பளிச்சிடுகிறது. பச்சை வயல், பெரிய மர நிழல்கள், கும்பலாக வீடுகள், கிராமம். அருகே ஒரு மிகப்பெரிய பங்களா... ஜமீன் பங்களா, இதுதான் என் 'செண்பகப்பூ' நடக்கப் போகும் இடம். அடுத்து, பெண்கள். ஒரு கிராமப் பெண் வேண்டும், ஒரு நகரப் பெண் வேண்டும். ஆண்கள், கதாநாயகன் நகரத்து ஆசாமி என்னைப் போன்ற ஒரு கோழை அதிகம் பேச மாட்டான். இத்யாதி இத்யாதி... அவனுக்குக் கௌன்டர்பார்ட்டாக கிராமத்து ஆண்மகன் மருதமுத்து, கிராமம் என்றால் பஞ்சாயத்து, பஞ்சாயத்து ஆசாமிகள் யார்... யார்... கதைமாந்தர்கள் உருவானதும் எனக்கு உடனே ஒரு ஜுரம் வந்து விடுகிறது. இங்கிருந்து துவங்கி ஏறக்குறைய ஓர் ஆராய்ச்சி ஆரம்பித்து விடுகிறேன். தமிழ்நாடு அரசாங்கம் பதிப்பித்த ரயத்துக்களைக் குறித்த புத்தகத்தை எடுத்து, புத்தகத்தில் இருந்து ஆரம்பித்து நாட்டுப் பாடல் பற்றி

400 பக்கங்கள், நிறைய நிறைய நாட்டுப் பாடல்கள், புதையல் களைப் பற்றி சட்டங்கள் என்று விதவிதமாகப் படித்து கிராமச் சூழ்நிலையைப் பற்றி ஞானத்தைச் சற்று அதிகமாக்கிக் கொள் கிறேன். அத்தியாயம் ஒன்று என்று ஆரம்பிக்கிறேன். கதை வளர வளர புதிய சாத்தியங்கள் புறப்படுகின்றன. நாட்டுப் பாடல் ஆராய்ச்சிப் புத்தகங்கள் படிக்கும்போதே பழையனூர் நீலி கதையைப் பற்றி வருகிறது. அதைப் பின்னணிக் கதையாக அமைக்கத் தீர்மானித்தேன். செங்கோட்டையில் என் நண்பருக்கு எழுதுகிறேன். பழையனூர் நீலி - வில்லுப்பாட்டு எங்கேயாவது தேடி எடுத்து அனுப்பும்படி திருநெல்வேலி பிளாட்பாரங்களில் தேடி அவர் அந்தப் புத்தகத்தை வாங்கி எனக்கு அனுப்புகிறார். நீலி என்னை வந்து அடைகிறாள். ஓர் அத்தியாயம் முழுக்க அவள் ஆக்கிரமிக்கிறாள். எங்கோ ஒரு ஓட்டல் அறையில். ஒரு ரெஸ்டாரண்டில் ஒரு நண்பருடன் பேசிக் கொண்டு கிராமத்தில் மர்மக் கதை என்ற கரு இப்பொழுது 300 பக்கங்களாக... ஒரு நாவ லாக மாறுகிறது. நாவல் இப்படி, ஒன்று இரண்டு சிறுகதைகள் புறப்பட்ட விதம் பற்றியும் சொல்கிறேன். 'பார்வை' என்று ஒரு கதை, கண் தெரியாது படித்த இளைஞரைப் பற்றியது. அதற்கு ஆதாரம், டாக்டருக்கு நான் காத்திருந்தபோது பொழுதுபோகா மல் மேஜை மீது இருந்த பழைய மருத்துவப் பத்திரிகையைப் புரட்டியபோது பார்த்த ஒரு வரி. தந்தை செய்த தப்புகளினால் பிறவிக் குருடனாக மகன் பிறக்க முடியும் என்று ஒரு வரி இந்தக் கதைக்கு ஆதாரமாக அமைந்தது. மதுரைக்கு ஆஸ்பத்திரிக்குச் சென்று மணிக்கணக்கில் காத்திருந்தபோது என் மனத்தில் பதிந்த பற்பல மனச் சித்திரங்களே 'நகரம்' என்ற ஒரு சிறுகதையாக அமைந்தது. பெரும்பாலும் சிறுகதைகளுக்கு ஆதாரம் பார்த்த, கேட்ட, சந்தித்த சம்பவங்கள் அல்லது மனிதர்களாகவே இருப்பார்கள். ஒரு வார இதழில் பல விஞ்ஞானக் கதைகள் எழுதினேன். அவைகளுக்கு ஆதாரம் என்ன என்று யோசித்ததில் மனம் கிடந்து அலையும்போது ஏற்படும் விசித்திரமான வடிவில்லாத அடையாளம் இல்லாத எண்ணக் கோலங்கள் தாம் என்று தோன்றுகிறது. நவீனச் சித்திரங்களுக்கும் ஆதாரம் இப்படித்தான் இருக்குமோ என்று யோசிக்க வைக்கிறது.

10. உண்மை அனுபவம்

பிளேன் ஓட்டக் கற்றுக் கொண்டேன்

முதல் ஃபிளைட்

நான் பறக்கக் கற்றுக்கொள்ளச் சென்ற முதல் தினம் எனக்கு நன்றாக ஞாபகம் இருக்கிறது. அது ஒரு வியாழக்கிழமை (இல்லை புதன் கிழமையா!) முதல் நாள் ஈனோ சாப்பிட்டிருந்தேன். அதிகாலையில் எழுந்து குளித்துவிட்டு, காப்பி சாப்பிட்டு விட்டு (சாப்பிடாதே, புரட்டும் என்ற நண்பனைக் கேட்காமல்) நடந்து சென்று விமான நிலையத்திற்குச் சென்றேன்.

அலஹாபாத் விமான நிலையம். நான் சொல்வது சில வருஷங்களுக்கு முந்திய சமாசாரம். அந்த விமான நிலையத்தில் ஸிவில் விமான இலாகாவின் ட்ரெயினிங் சென்டரின் ஃபிளையிங் ஸ்கூல் இருந்தது. இப்பொழுது அங்கே அந்த ஸ்கூல் இல்லை.

நான் அங்கே பயிற்சியில் இருந்தேன். அது ஒரு விரிவான பயிற்சி. அதன் ஒரு பகுதி 25 மணி நேரம் விமானம் செலுத்தக் கற்றுக் கொள்வது.

திடீரென்று என் பெயர் நோட்டீஸ் போர்டில் இருந்தது. மறுநாள் பறப்பதற்கு காப்டன் ராய் என்பவரிடம் ரிப்போர்ட் செய்யும் படியாக. அவசர அவசரமாக லைப்ரரிக்குப் போய் 'ஹௌ டு ஃபிளை' என்கிற புத்தகத்தை எடுத்துப் படித்தேன். 'ஏரோ டைனமிக்ஸ்' தத்துவங்களில் இருந்து ஆரம்பித்தேன். பிளேன் எப்படிப் பறக்கிறது. இன்ன இன்ன செய்தால் இன்ன ஆகும். ஒரே ஏரோப்ளேனை எவ்வளவு விதமாகக் கவிழ்க்கலாம் என்று பார்ட் பார்ட்டாக அந்தப் புத்தகத்தில் போட்டிருந்தார்கள். அதைப் படித்த பிறகு எனக்குக் குழப்பம்தான் ஜாஸ்தி ஆகியது.

பறக்கப் போகிறான்! பறக்கப் போகிறான்!

மறுநாள் அதிகாலை பட்சிகள் எல்லாம், 'பறக்கப் போகிறான்', 'பறக்கப் போகிறான்' என்று என் பெயரைக் குறிப்பிட்டுச் சத்தம் போடுவதுபோல எனக்குத் தோன்றியது. நல்ல சூரிய வெளிச்சம். குளிர் அதிகம் இல்லை.

அந்தக் கண்ணாடி அறையில் போய் நின்றேன். அங்கே கண்ணாடி ஆசாமி ஒருத்தன் நின்று கொண்டிருந்தான்.

'குட்மார்னிங்.'

'குட்மார்னிங்.'

'நான் இன்று பறக்கப் போகிறேன்!'

'பற. எனக்கு ஆட்சேபணை இல்லை.'

'காப்டன் ராய் என்கிற இன்ஸ்ட்ரக்டரை - சொல்லிக் கொடுப்பவரை - பார்க்க வேண்டும்.'

'என்னைக் கேட்காதே. நான் டெலிபோனை ரிப்பேர் செய்ய வந்திருக்கிறேன்.'

நான் விசாரித்த அடுத்த ஆசாமி சரியாக காப்டன் ராய் என்பவரைக் காட்டினான்.

ராய் என்பவரை நான் அணுகினேன். அவர் அருகே மரியாதையுடன் சற்றுத் தள்ளி சில இளைஞர்கள் நின்று கொண்டிருந்தார்கள். ராய், கையைச் சொடக்கி சிகரெட் சாம்பலை உதிர்த்து ஒரே திக்கில் பார்த்துக் கொண்டிருந்தார். ஒருவரும் பேசவில்லை. எந்தச் சமயமும் ஏகலைவனை துரோணர் கேட்டதுபோல் என் வலதுகைக் கட்டைவிரலைக் கேட்பாரோ என்று தோன்றியது. நான் அவரை அணுகி ஓர் ஓரமாக ஒதுங்கிக் கொண்டு, 'குட் மார்னிங்' என்றேன். அமைதி டாராகக் கிழிந்தது. பதில் இல்லை. எடை பார்க்கும் மெஷினில் காசு போட்டு டிக்கெட் பெறாதவனைப் போல் இருந்தேன். பார்த்த திக்கை மாறாமல் நேராகப் பார்த்துக் கொண்டிருந்தார். மறுபடி 'எக்ஸ்க்யூஸ் மீ' என்றேன். அவர் என்னைப் பார்த்தார். யார் நீ? என்றார்.

'நீ ஆணா பெண்ணா?'

மிஸ். தமிழ்த்தாயே! நமஸ்காரம்! ● 103

'முன்னது.'

'என்னுடன் பறக்க வேண்டியது ஒரு பெண். அவளுக்காகத்தான் காத்திருக்கிறேன்' என்று சொல்லிவிட்டு ஹா ஹா ஹா என்று அட்டகாசமாகச் சிரித்தார். அவர்களும் கோஷ்டிக்குச் சிரித்து விட்டு ஒருவரை ஒருவர் கை குலுக்கிக் கொண்டார்கள். எனக்குச் செய்வதென்ன என்று புரியாமல் போய் உட்கார்ந்தேன்.

அசல் ராய் வந்தார்

கண்ணாடிக்கு வெளியே சிறிய சிறிய விமானங்கள் புறப்பட்டன. சென்றன. நின்றன. அவர்கள் நடந்தார்கள். நின்றார்கள். சிரித்தார் கள்.

சிகரெட் புகை வளையங்கள் என்னைச் சுழன்று கொண்டன.

கடைசியில் ஜடாயு மாதிரி ஒருவர் வந்தார். என் பெயர் சொல்லிப் பொதுவாகக் கூப்பிட்டார். நான் எம்பிக் குதித்தேன். 'எஸ் ஸார். ப்ரஸெண்ட் ஸார்!'

'ஏன் கொடியைப் பறிகொடுத்த கம்யூனிஸ்ட்போல் உட்கார்ந் திருக்கிறாய்? வா!' என்றார்.

'எங்கே ஸார்?'

'நீ என்னுடன் பறக்க வேண்டும் இன்றைக்கு...' அவரும் ஒரு (இனிஷியல் வித்யாச) ராய் என்று தெரிந்துகொண்டேன்.

அவரை உடனே எனக்குப் பிடித்து விட்டது. சுலபமாகச் சிரித்தார். நான் சொல்வதைக் கவனித்தார்.

'இதற்கு முன் ஏரோப்ளேனில் போயிருக்கிறாயா?'

'இல்லை ஸார்.'

'பிரயாணியாகக் கூட?'

'இல்லை ஸார்.'

'நல்லது. க்ளீன் ஸ்லேட். முதலில் போய் அந்த பாண்ட்டை மாற்றிக் கொண்டு வா. மேலே சென்றால் குளிரில் தொடை நடுங்கும். போ நான் காத்திருக்கிறேன்' என்றார்.

நான் எங்கள் ஹாஸ்டலை நோக்கி ஓடினேன். அவர் மறுபடி என்னைக் கூப்பிட்டார். 'ஓடாதே. அதோ பார். அந்தச் சைக்கிளை எடுத்துக் கொண்டு போ' என்றார். யார் சைக்கிளோ அது?

கம்பெனியை நோக்கி ஓட்டம்

நான் உலன் பாண்ட் மாற்றிக்கொண்டு திரும்ப வந்ததை நானே பார்க்கும் அளவுக்கு அவ்வளவு வேகமாகச் சென்று வந்தேன். அவர் பொறுமையாக எனக்குக் காத்திருந்தார். 'வா' என்றார். நடந்தோம், கான்கிரீட் மேல். லாக் புக் (Lock Book) ஒன்று வாங்கிக் கொள்ள வேண்டும். நீ பறக்கும் நேரங்களை தினம் தினம் குறித்துக் கொள்ள வேண்டும். அப்புறம் ஆபீசில் அதை ஒழுங்குபடுத்திக் கொள்ளலாம்' என்றார்.

ஒரு பெரிய கொசு மாதிரி

பிரம்மாண்டமான தகர அரை வளைவுக்கு அடியில் ஒரு சில ப்ளேன்கள் நின்று கொண்டிருந்தன. அருகே சென்றோம். விதவிதமான ப்ளேன்கள். ஏரோப்ளேனை அவ்வளவு கிட்டத்தில் முதல் தடவையாகப் பார்க்கிறேன். அந்த 'டைகர் மாத்' ஒரு கொசுவைப் பெரிய பூதக் கண்ணாடி வழியாகப் பார்ப்பதுபோல் காரேமுரே என்று இருந்தது. இதுவா பறக்கப் போகிறது. எனக்கு ஆச்சரியமாக இருந்தது. வெட்கமே இல்லாமல் எல்லாம் திறந்திருந்தது. இப்படியும் அப்படியுமாகச் சிம்புகளும் கயிறுகளும் கிடந்தன. அந்தக் காலத்தில் 'ரைட் சகோதரர்கள்' இதைத்தான் உபயோகித்திருக்க வேண்டும் என்று தோன்றிற்று. பக்கத்தில் நின்று கொண்டிருந்த 'சிப்மங்க்' கொஞ்சம் நாகரிகமாக சுமாராக இருந்தது. சாய்வாக மேலே பார்த்துக் கொண்டு ஒற்றை இறக்கையாக முன்னால் பின்னால் இரண்டு ஸீட் வைத்து, பக்கத்து லாரியில் இருந்து ஜில் என்று பெட்ரோல் உறிஞ்சிக் கொண்டிருந்தது. அதன் அருகில் அதன் இரட்டைபோலக் கொஞ்சம் அழுக்காக நம் தேசத்து எச்.டி.2 நின்றது.

அந்த இன்ஜினீயரை, 'எந்த பிளேன்?' என்று கேட்டார். ராய் 'கிரோ' என்றார். அவர், 'கே' என்ற எழுத்து பெரிதாக எழுதியிருந்த ஒரு ப்ளேனுக்கு அருகில் அழைத்துச் சென்று எட்டிப் பார்க்கச் சொன்னார்.

எட்டிப் பார்த்தேன்.

'என்ன தெரிகிறது?' என்றார்.

'ஒரே எலக்ட்ரிக் வேலையாக இருக்கிறது!'

காப்டன் ராய் படபடவென்று, 'இதுதான் த்ராட்டில் கண்ட்ரோல். இது கண்ட்ரோல் காலம். இரண்டு வகையில் செயல்படும். முன்னால் பின்னால். இடது வலது முன்னால் தள்ளினாலும் விமானம் இறங்கும். பின்னால் வாங்கினால் விமானம் ஏறும். இடது வலது எய்லிரான் கண்ட்ரோல். ரட்டர் கொடுத்துத் திரும்பும்போது எய்லிரானும் கொடுக்க வேண்டும். அதுதான் ரட்டர் பெடல். தரையில் மேல் பாகத்தில் டோ ப்ரேக் இருக் கிறது. என்ன புரிகிறதா?'

சத்தியமாகப் புரியவில்லை

சத்தியமாகப் புரியவில்லை என்று சொன்னால் திருப்பி அனுப்பி விடுவார் என்ற பயத்தில் புரிந்ததாகத் தலையை ஆட்டினேன்.

'இது ஆல்டி மீட்டர். இது காம்பஸ். இது ஏர் ஸ்பீட் இண்டி கேட்டர். இது ஆர்.பி.எம். இண்டிகேட்டர்... என்று கெடிகாரம் போல தினுசு தினுசாக இருந்த மீட்டர்களைச் சொல்லிக் கொண்டே போனார். கடைசியில் 'ஏதாவது சந்தேகம் கேட்க வேண்டும் என்றால் கேள்' என்றார். நான் 'இது என்ன ஸார்?' என்று சுட்டிக் காட்டி கேட்டேன்.

'இது என் காப்பி ப்ளாஸ்க்!' என்றார். சிரிக்கவில்லை.

'இது 'ஆர்.டி.'க்கு உரிய ஹெட் போன்' என்றார். 'ஆர்.டி.' என்றால் ரேடியோ டெலிபோன். கண்ட்ரோல் டவருக்கும் விமானத்துக்கும் சம்பாஷணைக்காக ஏற்பட்ட ரேடியோ டிரான்ஸ்மீட்டரும் ரிஸீவரும் சேர்ந்த செட்.

நான் பறக்க இருந்த விமானம் ஒரு சிப்மங்க். டிஹாவிலன்ட், கனடாவின் தயாரிப்பு. முன்னால் ஒருத்தரும் பின்னால் ஒருத் தரும் உட்காரலாம். இருவரும் பேசிக்கொள்ள 'இண்டர்காம்' வசதியும் இருந்தது.

'போகலாமா?' என்றார் ராய்.

'போகலாம்' என்று கிளம்பினேன்.

‘எங்கே ஓடுகிறாய்? விமானத்தில் ஏறு, ம்! வா. இன்று டேக் ஆஃப், லாண்டிங் எல்லாம் நான்தான் செய்வேன். உயரத்தில் போனதும் கொஞ்சம் ஸ்ட்ரெய்ட் அன்லெவல் ஃப்ளையிங் உனக்குக் கற்றுத் தருவேன். நான் சொல்லும் வரையில் எதையும் தொடக்கூடாது. கம்மென்று நடப்பதைப் பார். என்ன?’

‘சரி ஸார்.’

‘சரி காப்டன் என்று சொல்லு.’

‘சரி காப்டன்.’

‘ஏறி உட்கார். ஏறுவதற்கு இறக்கையில் கண்ட இடத்தில் கால் வைக்கக் கூடாது. அதற்கென்று ஒரு இடம் அதோ பார். தனியாக இருக்கிறது.’

ஸ்டூல் நாற்காலி மாதிரி ஐந்தாக மடக்கிக் கொண்டு அந்தக் கிஞ்சித் இடத்தில் என்னைச் செருகிக் கொண்டேன். முழங்கால் இடித்தது. கைகளை என்ன செய்வதென்று தெரியவில்லை.

ராய் நிஜமாகவே என்னை ஜோடித்தார். ஸீட் பெல்ட்டை அவரே மாட்டிக் கொடுத்தார். அப்புறம் என் தலையில் ஹெட் ஃபோனை மாட்டினார்.

‘இந்த விமானம் இரட்டை கண்ட்ரோல். நான் பின்னால் உட்கார்ந்துகொண்டு எந்த கண்ட்ரோலை அசைத்தாலும் அங்கும் அசையும். முதலில் பார்த்துக் கொண்டிரு. எப்பொழுது தொட வேண்டுமோ அப்பொழுது சொல்லுகிறேன்.’

பெட்ரோல் வாசனை வயிற்றைக் குமட்டியது. அவர் பின்னால் ஏறிக் கொண்டார்.

முன்னால் ஒருத்தன் வந்து விசிறியைச் சுற்றிச் சுற்றிக் கிளப்பி னான். விமானம் ‘டகடகடக’ என்று சொல்லிவிட்டுச் சற்று யோசித்து, மேலும் ‘கப்டி’ என்றது. மௌனம், ‘பட்’ என்று வெடித்தது. எழுந்து போகலாமா என்றால் என்னைத் தொடை யில் பெல்ட் போட்டுக் கட்டிவிட்டாரே.

காதில் கேட்ட பூச்சி சத்தம்

மறுபடியும் அந்த ஆள் விசிறியைச் சுற்ற, விமானம் சூடுபிடித்துக் கொண்டது. ப்ரொபல்லர் ஒரு காற்றாடித் தகடாகத் தெரிந்தது,

பின்னால் ராய் த்ராட்டிலை அதிகப்படுத்துகிறார் என்பது என் பக்கத்து த்ராட்டில் தானாக அசைவதிலிருந்து தெரிந்தது. அதேசமயம் என் காதில் மாட்டியிருந்த ஹெட் போனில் பலவிதப் பூச்சிகள் சப்தம் போட ஆரம்பித்தன. இந்த இரைச்சலில் என்ன கற்றுக் கொள்ளப் போகிறேன்! அப்புறம் காப்டனுக்கும் கண்ட்ரோல் டவருக்கும் நடந்த ரேடியோ சம்பாஷணையின் பகுதி.

ராய் : பம்ரொலி கீலோ டாக்ஸி?

டவர் : கீலோ க்ளியர். டாக்ஸி லிங்ட் ஒன் த்ரீ ஜீரோ ஸெவன் நாட்ஸ், நவம்பர், ஹோட்டல். டு நைன் எய்ட் ஸெவன் அட்வைஸ் வென் ரெடி ஃபார் டேக் ஆஃப்.

ராய் : *ராஜர்!*

விமானம் குதித்துக் குதித்து யானை போல், சின்ன நதி போல் உற்சாகமாக ரன்வே வரை சென்று, ரன்வேக்குள் நுழையாமல் நின்றது.

அந்த இடத்திலேயே இஞ்ஜினை அலற வைத்தார் ராய். என் காதெல்லாம் பிய்த்துக் கொள்ளும்படி சப்தம், இருந்த இடத்தி லேயே துடித்தது விமானம் (இன்ஜின் சரியாக இருக்கிறதா, பார்க்கிறார்). அப்புறம் டவரிலிருந்து அனுமதி வாங்கி ரன்வேக் குள் நுழைந்தார். திடீரென்று த்ராட்டிலை அதிகமாக்கினார். விமானம் சில நூறு கஜங்கள் ஓடிப் பிற்பாடு 'ஜிவ்'வென்று மேலே ஏறியது.

லலிதா சகஸ்ரநாமம் சொல்ல வேண்டும்

என் வயிற்றில் ஏதோ கவ்வியது. முதன்முதலாக பூமி ஈர்ப்பை இப்படி எதிர்த்துச் செல்லுகிறேன். வேகமான லிஃப்டில் அல்லது மிக வேகமாக ஊஞ்சலில் மேற்செல்வது போல உணர்ச்சி என்று சொல்லலாம். அதனுடன்கூட நம் ஸீட்டுக்கு அடியில் ஒன்று மில்லை என்ற உணர்ச்சி. அதற்கு ஈடாக பூமியில் ஒன்றும் கிடை யாது. எனக்குப் பயமாக இருந்தது. லலிதா சஹஸ்ரநாமம் சொல்ல வேண்டும் போலிருந்தது.

கொஞ்ச உயரம் பெற்றதும் ராய் விமானத்தைச் சாய்த்தார். எனக்கு எதிரே இருந்த தொடுவானம் எதிர்ப்பக்கம் சாய்வதைப்

பார்த்தேன். பல்லைக் கடித்துக் கொண்டேன். அழுத்தி உட்கார்ந்து கொண்டேன். என் எதிரே ஒரு கிராமம் களேபரமாகச் சுற்றிக் கொண்டிருக்க, நதி தீரம், ஒரு பாலம், தார்ச்சாலையில் முதுகில் ஒரு ஒட்டக வண்டி... சட் சட் என்று காட்சி மாறியது.

ஒரு வழியாக விமான நிலையத்தை விட்டு விலகி ஆயிரத்து ஐந்நூறு அடி உயரத்துக்கு வந்துவிட்டோம். விமானம் நேர்பட்டது.

முதன் முதல் எனக்குத் தோன்றியது இதுதான். அந்த வேகம் காட்டும் ஏர்ஸ்பீட் இண்டிகேட்டர் என்னவோ *90*, *100* என்று காட்டுகிறது. நாம இவ்வளவு மெதுவாகப் போகிறோமே? கீழே காட்சி மிக மெதுவாக மாறிக் கொண்டிருந்தது. பொம்மை நகரம், என் சுட்டு விரலுக்கும் சுண்டு விரலுக்கும் இடையில் அரை மணி பஸ் பிரயாணம்!

பயம் கொஞ்சம் தெளிந்தது

என் பயம் சற்று தெளிந்தது. எதிர்க்கும் உணர்ச்சி. மிகப் புதிதான உணர்ச்சி. பூமியிலேயே பதிந்து நடக்க ஏற்பட்டவர்களுக்கு அது ஏறக்குறைய ஒரு திருட்டுத்தனமான சந்தோஷம்.

காதில் ரேடியோவின் ரீங்காரம்.

'விஸ்ஸன்ர்ர்ர்ர்...' என்று ஹெட்போனில் கூப்பிட்டார் ராய்.

திரும்பிப் பார்த்தேன். 'என்னைத் திரும்பிப் பார்க்க வேண்டாம். நான் இங்குதான் இருக்கிறேன். எங்கும் போய்விட மாட்டேன். கவனி. நேரே தூரத்தில் தெரிகிறது பார் ஒரு மேகம்.'

'தெரிகிறது.'

'அதை இலக்காக வைத்துக் கொள். ரட்டர் பெடலின் மேல் காலை வை.'

வைத்தேன்.

'லேசாக உதைத்துப் பார்.'

உதைத்துப் பார்த்தேன். விமானம் இடது வலதாகத் தலையை ஆட்டியது. காம்பஸின் நம்பர்கள் மாறின.

'கண்ட்ரோல் காலத்தைப் பிடித்துக் கொள்.'

கொண்டேன்.

'இண்ஸ்ட்ருமெண்ட்ஸ் எதையும் பார்க்காதே. உன் கண்கள் அந்த மேகத்தில் இருக்க வேண்டும். இப்பொழுது கண்ட்ரோல் காலத்தை லேசாகப் பின்னே தள்ளு. மிக மிக லேசாக...'

விமானம் உயர்ந்தது.

'முன்னே தள்ளு. விமானம் சரிகிறதல்லவா? மேலே ஏறும்போது இன்ஜினுக்குக் கொஞ்சம் அதிக சக்தி கொடுக்க வேண்டும். ஒரு கையில் த்ராட்டில், ஒரு கையில் கண்ட்ரோல் காலம். கால்கள் ரட்டர் பெடல் மேல் வாத்ய கோஷ்டி போல, எல்லாம் சேர்ந்து சரியாக ஒத்துழைக்க வேண்டும். இல்லை என்றால்... நீதான் பாரேன், ஷி இஸ் ஆல் யுவர்ஸ்!'

மேகத்தைத் தேடினால்

இதுவரை மிக நேராகப் பறந்து கொண்டிருந்த விமானம் என் கைக்கு வந்ததும் ரகளை செய்ய ஆரம்பித்துவிட்டது. ஏதோ மேகம் என்று சொன்னாரே என்று மேகத்தைத் தேடினால் சரிகிறது. சரி, சரிகிறதே என்று உயர்த்தினால், 'த்ராட்டில்! த்ராட்டில்' என்று ஹெட்போனில் அவர் அலற, நான் த்ராட்டில் கொடுக்க டேக் ஆஃப் மாதிரி எகிற ஆரம்பித்துவிட்டது. அதற்குள் 'நீ ஒரு வட்டத்திற்குள் பறக்கிறாய். ரட்டர்மேல் கால் வைத்திருக்கிறாயா இல்லையா?' ஓ எஸ். ரட்டர். அதையும் சீர்படுத்த வேண்டும். எப்படி? இடது பக்கம் போகிறதே என்று வலது ரட்டரை அழுத்த, வலது பக்கம் ஓடுகிறது. உடனே இடது இல்லை, வலது சரிகிறது சரிகிறது. நான் வானத்தில் வரைந்த ஓட்டை பிரம்மாகூட வரைந்திருக்க மாட்டார்.

கோபப்படாதே குழந்தாய்

ஒரு வழியாக நேர்ப்பட்டது. 'நீ எல்லா கண்ட்ரோல்களையும் கோபமாக உபயோகிக்கிறாய். அதிகமாக உபயோகிக்கிறாய்' என்றார் ராய். 'லேசாக, லேசாக, இவள் ஒரு பெண். லேசாக லேசாக...' என்று கண்டுகொண்டேன். ரட்டர் பெடலையோ, ஜாய் ஸ்டிக்கையோ மிக லேசாகத் தொட்டுக் கொண்டிருந்தாலே போதுமானதாக இருந்தது. அந்த விமானத்துக்கு நேராகச் செல்லும் புத்தி இருக்கிறது. ஆனால், சின்னச் சின்ன சலனங்

களுக்கெல்லாம் கோபித்துக் கொண்டு திரும்பவோ இறங்கவோ ஏறவோ செய்தது. பதினைந்து நிமிஷம் மன்றாடிய பின் ஒரு ஐடியா கிடைத்தது. ராய் என்னைக் கூப்பிட்டு 'பின்னால் பார்' என்றார்.

பின்னால் பார்த்தால், அவர் இரண்டு கைகளையும் தூக்கிக் காட்டினார். 'நீதான் ஓட்டுகிறாய்' என்றார்.

பூவோ என்று போனது

அதுவரை ஐந்து நிமிஷத்துக்கு மேல் ஒழுங்காகச் சென்று கொண்டிருந்தவன் நெர்வஸாகி விட்டேன். விமானம் மறுபடி நொடிக்க ஆரம்பித்துவிட, 'ஆல்ரைட். ஐ டேக் ஓவர்' என்றார் ராய். அவர் கைக்குச் சென்றதும் 'பூவோ' என்று சென்றது. ஆயிரம் காலத்து அடிமைபோல அவர் இட்ட கட்டளைக்குப் படிந்து வெண்ணெயாகச் சென்றது. நிஜமாகவே மாஸ்டர் என்று நான் எண்ணிக் கொண்டேன். இரண்டு நிமிஷம் ஒரு நேர்க்கோட்டிற் குள் பறப்பதற்குள் நாக்கு வெளியில் வந்து விட்டதே எனக்கு... ஆனால், இது என் முதல் ஃப்ளைட் அல்லவா?

டாக்ஸி பழகுதல்

பிறகு விமான நிலையத்தின் அருகில் கொண்டுவந்து சுற்றி விட்டு, அழகாக இறக்கினார் ராய், 'ரன்வே'யை விட்டு விலகி யதும் கேட்டார்.

'கொஞ்சம் டாக்ஸி பழகுகிறாயா?'

'ஸார்?' என்றேன். எனக்குப் புரியவில்லை. டாக்ஸி எங்கே வந்தது இங்கே?

'ரூபாய் கொடுத்துப் போகும் டாக்ஸி இல்லை. விமானத்தைத் தரையில் செலுத்துவதற்குப் பெயர்கூட டாக்ஸிதான். வலது பக்கம் அசைத்து அசைத்து 'டாக்ஸ்' பண்ண வேண்டும்' என்று செலுத்திக் காட்டினார்.

'வானத்தில் ஓட்டுவதற்கும் விமானத்தைத் தரையில் செலுத்து வதற்கும் வித்தியாசம் உண்டு. தரையில் ரொம்ப க்ளம்ஸி. ஸ்லக்கிஷ், ரட்டரை அழுத்திக் கொஞ்ச நேரம் கழித்துத்தான் திரும்பும். அப்புறம் தனித்தனி பிரேக்குகள் வலது இடது

சக்கரங்களுக்கு எந்தப்பக்கம் திருப்ப வேண்டுமோ அந்தப் பக்க ரட்டரையும், டோ ப்ரேக்கையும் அழுத்திக் கொஞ்சம் த்ராட்டில் கொடுத்தால் திரும்பி விடும்... முயற்சி செய்து பார்!'

புல்காட்டை நோக்கி

என் வசம் வந்தது. அவர் சொன்னது எல்லாம் எவ்வளவு உண்மை என்று தெரிந்து கொண்டேன். அந்த டோ ப்ரேக் கப் கப் என்று மென்னியைப் பிடித்து, அங்கே திருப்ப வேண்டுமென்றால், இங்கேயே ரட்டரை அழுத்தினால்தான் சரி. கொஞ்சம் அதிகம் அழுத்தப் போய் பூரா ஒரு சுற்றுச் சுற்றி தென்மேற்காகப் புல் காட்டில் போய் நின்று கொண்டுவிட்டது. இன்ஜின் அணைந்து விட்டது.

நான் பின் பக்கம் அவரைப் பார்த்து நெர்வஸாகச் சிரித்தேன். 'வானத்தைக் காட்டிலும் பூமியில் கஷ்டமாக இருக்கிறது' என்றேன். அவர் இறங்கி விட்டார். என்னையும் இறங்கச் சொன்னார். காத்திருந்தார்.

'என்ன ஆச்சு?' என்றார்.

'ஸீட் பெல்ட் எடுக்க வரவில்லை' என்றேன் பரிதாபமாக.

பொறுமையாக ஸீட் பெல்ட் எப்படிக் கழற்றுவது என்று சொல்லிக் கொடுத்தார். என்னை மீட்டுத் தரையில் சேர்த்தார். நடந்தோம்.

அவருடன் நடக்கிறபோது அவரே சொன்னார். 'நீ கொஞ்சம் பரவாயில்லை முதல் நாளைக்கு. போன பாட்ச் ஆசாமி ஒருத்தன், சாக்கடையில் இறக்கி விட்டான். நீ புல்லில்தான் நிறுத்தினாய். இன்று மொத்தம் எவ்வளவு நேரம் பறந்திருப்பாய் தெரியுமா?'

'சுமார் மூன்று அல்லது நான்கு மணி நேரம்.'

'சரியாக 25 நிமிஷம்! நாளைக்கு இதே நேரத்துக்கு வா.'

அந்த 25 நிமிஷத்தில் ஆரம்பித்தது என் முதல் 'ட்யூவல்' ஃப்ளைட். சாதாரணமாக இன்ஸ்ட்ரக்டருடன் சுமார் 9 மணி நேரம் பறந்த பிற்பாடு ஒரு மாணவன் தனியாக ஸோலோ போகத் தயாராகிறான். அதற்கு முன்னதாக அனுப்பப்படுகிறவர்கள் சற்று கெட்டிக்காரர்கள் என்று சொல்லலாம். 15 மணி நேரத்துக்கு மேல் எடுத்துக் கொள்ளுகிறவர்கள்? கொஞ்சம் ஸ்லோ.

என் மூக்கும் ஏரோப்ளேன் மூக்கும்

என்னைப் பொறுத்தவரை நான் ஸோலோவைப் பற்றிக் கவலைப்படவில்லை. ராய் எல்லாம் கற்றுத் தந்தார். முதலில் டேக் ஆஃப் கற்றுத் தந்தார். (மூக்கை எத்தனையோ டிகிரியில் வைத்துக் கொள்ளச் சொன்னார். வைத்துக் கொண்டேன். 'உன் மூக்கு இல்லை முட்டாளே. ஏரோப்ளேனின் மூக்கு!')

டேக் ஆஃப் சுலபமாகத்தான் இருந்தது. முழுச் சக்தியையும் கொடுத்துவிட்டு ரன்வேயின் நடு மத்தியில் செலுத்த வேண்டும். நேர்க்கோட்டில் பின்பக்கம் தூக்கிக் கொள்ளும் ஒரு வேகம், கதி வந்ததும் பிறகு அதற்கே மேலே உயரும் ஆயத்தம் இருக்கும். சற்றே கண்ட்ரோல் காலத்தைப் பின்வாங்கினால் தானாகவே மேலே எழும்பும். டேக் ஆஃபில் அதிகச் சிரமம் இருக்கவில்லை. ஆனால், மேலே ஏறி விட்டுக் கீழே இறங்கும் அந்த 'லாண்டிங்' தான் என் உயிரை வாங்கியது.

அவ்வளவு நீளம் இருக்கிறது ரன்வே. அதில் லாண்டிங்குக்குத் தேவைப்படுவதெல்லாம் சில நூறு அடிகளே.

கொய்யாப்பழம் பறிக்க வேறு வழி

இருந்தும் ஒரு தடவை இறங்கும்போது ரன்வேயின் முடிவில் வேலிமேல் மோதாக் குறையாக நின்றேன். மற்றொரு தடவை ரன்வேயின் மிக ஆரம்பத்தில் ஏகத் தாழ்வாக வந்து ஒரு கொய்யா மரத்தைச் சீய்க்காமல் சில வாத்துக்கள் சிதறி ஓட இறங்கினேன் (உனக்குக் கொய்யாப் பழம் பறிக்க வேண்டுமானால் அதற்கு வேறு வழிகள் இருக்கின்றன).

தடவை கங்காருபோல ஒருதடவை இறங்கினது போதாது என்று மறுபடி பத்தடி மேலேபோய் மறுபடி இறங்கி, அது போதாது என்று மறுபடி பத்தடி மேலே போய் மறுபடி கீழே இறங்கி மறுபடி... என்று கடைசி வரை பிடிவாதமாகச் செய்தேன்.

ஸில்க் லாண்டிங்

இதையும் சொல்ல வேண்டும். சில தடவை அப்படி ஓர் அருமையான ஸில்க் மாதிரி லாண்டிங் செய்வேன். ராயே ஆச்சரியப்பட்டுப் போய், 'உனக்கு என்ன வந்து விட்டது! மறுபடி செய் பார்க்கலாம்' என்பார். அடுத்த தடவை மறுபடி வாத்து

அல்லது அந்தப் பக்கத்து வேலி அல்லது கங்காரு. ஆனால் பிளேனும் சளைக்கவில்லை. நானும் சளைக்கவில்லை.

அதெல்லாம் முதலில்தான். ஏழு எட்டு மணி நேரம் பறந்ததும் ஏறக்குறைய ஒருவிதத் தோராயம் தெரிந்துவிடுகிறது. அந்த பாக்டரியின் சிம்னி இடது பக்கம் ஒரு நேர்க்கோட்டில் வரும் போது உள்ளே திரும்பி 'லாண்டிங்ரன்'னைத் தொடங்கினால் சரியாக இறங்கலாம் என்று எனக்கே உரிய 'தம்ப் ரூல்'கள் ஏற்படுத்திக் கொண்டேன். சுமாராகப் பறந்தேன். ராய் என்னை ஸோலோ அனுப்புவார் என்று எதிர்பார்த்தேன். அவர் அந்தப் பேச்சே எடுக்கவில்லை.

என் முதல் ஸோலோ

ஒரு நாள் காலை நான் விமானத்தில் ஏறிக் கொண்டதும் ராய் வழக்கத்துக்கு விரோதமாய்க் கீழே நின்றார். பையன் விமானத்தைக் கிளப்ப புரொபல்லரைச் சுற்றி ஆரம்பித்து விட்டான். 'காப்டன் நீங்கள்?' என்று கத்தினேன்.

'நான் வரவில்லை. இன்று நீ ஸோலோ போகப் போகிறாய். ஆல் தி பெஸ்ட்' என்று கட்டை விரலை உயர்த்திக் காண்பித்துவிட்டு ஒதுங்கி விட்டார். எனக்கு உடனே உதறல் எடுக்க ஆரம்பித்து விட்டது. அவர் பின்னால் இதுவரை இருந்தார். என்னதான் தப்பாக, மோசமாக நிகழ்ந்து விட்டாலும் காப்பாற்றுவதற்கு அவர் இருக்கிறார் என்கிற தைரியம் இருந்தது. கொய்யா மரத்துக்குள் செலுத்தினால்கூடத் தப்ப வைத்து விடுவார். இன்று இன்ஜின் கிளம்பிவிட்டது! 'சாக்ஸ் ஆஃப்' என்றேன். பையன் முட்டுக்கட்டைகளை விலக்கினான்.

டேக் ஆஃப் சுலபம்தான்

மெதுவாக ரன்வேயை நோக்கிச் சென்றேன். தீ அணைப்பு வண்டி வழக்கத்துக்குச் சற்று முன்னாலேயே நின்று கொண்டிருந்தது. டவர் உச்சியில் கொடி போட்டிருந்தது. உடனே கிளியரன்ஸ் கொடுத்தார்கள். ராய் என்னைத் தவிர எல்லாரிடமும் என் முதல் 'ஸோலோ'வைப் பற்றிச் சொல்லி வைத்திருக்கிறார்!

டேக் ஆஃப் சுலபமாகச் செய்தேன். என் மனத்தில் கொஞ்சம் அச்சம் விலகியது. நேராக நிதானமாக 1500 அடிக்கு உயர்ந்து

நிதானமாக இடதுபக்கம் திரும்பி, நிதானமாக ஒரு சுற்றுச் சுற்றி வந்து, சரியாக ஃபைனல்ஸில் வந்து சீராக இறங்கினேன்.

சீராக என்றா சொன்னேன்? அவ்வளவு சீராக இல்லை. கொஞ்சம் அண்டர்ஹிட் ஆகிவிடுமா என்று உயரமாக வந்தேன். அது ரொம்ப அதிக உயரமாய்ப் போய்க் கடைசி நிமிஷத்தில் ரன்வே போதாது என்று தோன்றிவிட மறுபடி த்ராட்டில் கொடுத்து பூமியைத் தொடாமல் மேலே ஏறிவிட்டேன். இன்னொரு தடவை பார்த்துக் கொள்ளலாம் என்று!

ராய் என்ற கவலைப்புள்ளி

கீழே ஹாங்கருக்கு வெளியில் ராய் ஒரு கவலை நிறைந்த புள்ளியாகத் தெரிந்தார்.

இந்தத் தடவை திரும்ப வந்தபோது ஒழுங்காக இறங்கி விட்டேன். எல்லாம் சரியாக வந்துவிட்டது. குதிக்காமல் அழகாக இறங்கினேன். ஆனால், கடைசியில் எங்கிருந்தோ வந்த சில்லறைக் காற்று எதிர்பாராதவிதமாக வீச, என்னால் சமாளிக்க முடியாமல், விமானம் சற்று ரன்வேயை விட்டுப் புல்லுக்கு வந்து இன்ஜின் அணைந்து விட்டது.

அபாயச் சங்கு

கண்ட்ரோல் டவர் ஆசாமிகள் என்னவோ ஏதோ என்று அபாயச் சங்கு ஊதிவிட்டார்கள். உடனே ஒரு க்ராஷ் டெண்டர், ஒரு ஆம்புலன்ஸ்... ஒரு ஜீப், ஒரு வாட்டர் டெண்டர், ஒரு நாய்... என்று எல்லோரும் என்னையும் விமானத்தையும் சூழ்ந்து கொண்டு, நெருப்பணைக்கும் படை ஹோஸை நீட்டி என் மேல் நுரை கலந்த தண்ணீர் அடிக்காத குறை. 'அமைதி அமைதி ஒன்றும் நெருப்புப் பற்றிக் கொள்ளவில்லை. எதுவும் விபத்தில்லை' என்று அவர்களை நிறுத்தினேன்.

அது என்ன நீளக் குச்சி

ஃபயர் இன்ஜினிலே ஏறிக்கொண்டு திரும்பச் சென்றபோது, 'இது என்ன நீளமாக, குச்சி வைத்திருக்கிறீர்கள்?' என்று கேட்டேன். 'எரியும் ப்ளேனிலிருந்து பைலட்டின் உடம்பை வெளியே குத்தி இழுப்பதற்கு' என்றார்கள.

மேலே கேட்டால் செய்துகாட்டி விடுவார்கள் போலிருந்தது.

ராயை அடைந்ததும் கேட்டார். 'ஒழுங்காக இறங்கினாயே கடைசியில் என்ன ஆச்சு உனக்கு? திடீரென்று புல் மோகம்!'

'க்ராஸ் விண்ட் காப்டன்' என்றேன்.

'இது ஒரு க்ராஸ் விண்டா! சரி சரி, நீதான் என் முதல் ஸ்டூடண்ட் இந்த மாதிரி ஏரோப்ளேனில் சென்று பஸ்ஸில் திரும்பி வருவதற்கு' என்று சிரித்தார்.

அப்புறம் எவ்வளவோ டேக் ஆஃப், எவ்வளவோ லாண்டிங், எவ்வளவோ சின்னச் சின்னத் தப்புகள். ராய் ஒரு தடவை என்னை மேலே அழைத்துக்கொண்டு சென்று கதிகலங்க அடித்தார். எப்படி? நல்ல உயரத்துக்கு விமானத்தை எடுத்துச் சென்றார். திடீரென்று த்ராட்டிலைக் குறைத்து, வேகத்தை மிகக் குறைத்து, ஸ்டாலிங் ஸ்பீடுக்குக் கீழே கொண்டு வந்து விட்டார். விமானம் உதிர்ந்த இலைபோலக் கீழே விழ ஆரம்பிக்க, என் முன்னே பூமி சக்கரமாகச் சுற்றியது... 'என்ன ஆயிற்று காப்டன்' என்று கத்தினேன்.

மூன்று சுழல் சுழன்றது

ராய் அந்த மாதிரி மூன்று சுற்று சுழல விட்டார் விமானத்தை. திடீரென்று சுதாரித்துக் கொண்டு என்ன செய்தாரோ தெரியாது. பைத்தியக்காரத்தனமாக விழுந்து கொண்டிருந்தது நேர்ப் பட்டது. இன்ஜினுக்கு உயிர் வந்தது.

'எப்படி?' என்றார்.

'என்ன ஆயிற்று?' என்றேன் நடுக்கம் நிற்காமல்.

'நாம் செய்தது ஸ்பின். அதிலிருந்து விடுபட மிக முக்கியமாகத் தெரிந்துகொள்ள வேண்டியது, எந்தப்பக்கம் சுழல்கிறதோ அதற்கு எதிர்ப்பக்கத்துக்கு ரட்டரை உதைக்க வேண்டும். இன்னொரு தடவை பார்க்கிறாயா?'

'வேண்டாம் வேண்டாம்!' என்று கத்தினேன்.

க்ராஸ் கண்ட்ரி

என் பயிற்சி ஒருவழியாக முடியும் தறுவாயில் இருந்தது. இரு பத்து மூன்று மணி நேரம் முடித்திருந்தேன். 'இன்னும் இரண்டு

மணி நேரம் பாக்கி. இப்படிச் செய். சும்மா இங்கிருந்து புறப்பட்டு கங்கை நதியின் மேலேயே பற. ஒரு மணி நேரம் வரை பறந்துவிட்டுத் திரும்பி வந்துவிடு. ஒரு சின்ன க்ராஸ் கண்ட்ரி ஃப்ளைட் போலவும் இருக்கும். உனக்கும் 25 மணி நேரமும் பூர்த்தி ஆகும்'' என்றார்.

'சரி' என்று சந்தோஷத்துடன் ஒப்புக் கொண்டேன்.

'ஐந்து ரூபாயும், ஒரு டார்ச் லைட்டும் எடுத்துக்கொண்டு போ. ஏதாவது நடுவில் தப்பாக நிகழ்ந்து நீ இறங்கும்படி ஆகிவிட்டால் உடனே தந்தி அடிப்பதற்கு ரூபாய், டார்ச் லைட் பொதுவாகவே உபயோகப்படும்.'

பிடித்துக் கொண்டேன் நதியை

மிகச் சுத்தமான காலை நீல வானத்தில் என் அந்தச் சரித்திரப் புகழ் பெற்ற ஃப்ளைட் துவங்கியது. டேக் ஆஃப் செய்து உடனே திரும்பி நதியைப் பிடித்துக் கொண்டேன். கெடியாரத்தைப் பார்த்துக் கொண்டேன். மணி 10.

கங்கை நதி. அதன் மேல் சுமார் 1500 அடி உயரத்தில் பறந்தேன். மணல் நதி, தண்ணீர் இல்லை. இப்படியும் அப்படியும் நெளிந்து சென்று கொண்டிருக்க, நான் நதி ஓட்டத்தைவிட்டு அதிகம் விலகாமல், அதையே தொடர்ந்து சுமார் 11 மணி வரை பறந்தேன். திரும்பினேன். மணி 12 வரை அதே நதியின் பாதையைத் தொடர்ந்து எதிர்த்திசையில் வந்தேன்.

விமான நிலையத்தைத்தான் காணோம்! ஒரே பசுமை. நடுவே பட்டையாக வெள்ளைக் கோடு. நதி? நகரம்? போகிறபோது, கிளம்பியபோது இருந்த பிரம்மாண்டமான நகரம்? ம்ஹூம்! நதி அதேதான். அதில் ஒரு மணி போய் ஒரு மணி திரும்ப வந்திருக்கிறேன். அவ்வளவுதான். அலஹாபாத்தைக் காணோம்!

காணோமே!

மணி 12.00, 12.10, 12.15 ஆகியது. அலஹாபாத்தைக் காணோம்? என் உடல் நடுங்கிக் கொண்டிருக்கிற சமயத்தில் மற்றொரு அதைவிடத் தீவிரமான சமாசாரம் நடந்தது. இன்ஜின்!

இதுவரை சீராகச் சென்று கொண்டிருந்த இன்ஜின் இப்பொழுது தமிழ் சினிமாவில் அப்பாவைப் போல் இருமியது. நின்றது.

மறுபடி உயிர் பெற்றது. மறுபடி நின்றது.

ராய் என்ன சொல்லியிருக்கிறார்? 'இன்ஜின் நின்றுவிட்டால் ஸ்டாலிங் பீடுக்குக் கீழே வரமல் சரிந்து க்ளைட் செய்து நதிப் படுகையில் இறங்கி விடு...'

கங்கையில் இறங்கினேன். பூரா இஞ்ஜினும் நின்றுவிட்டது.

பயப்படுவதற்குக்கூடச் சமயமில்லை. உடனே இறங்க வேண்டும். இப்பொழுது இன்ஜின் பூரா நின்று விட்டது.

நான் விமானத்தைச் சற்றுக் கீழே நோக்கிய கோணத்தில் செலுத்த, எதிரே வெள்ளை மணற் பரப்பாக நதி என்னை நோக்கி விரைந்து வந்தது. இன்ஜின் முழுவதும் நின்று விட்டது. காற்று? நல்லவேளை, அது நான் இறங்கிக் கொண்டிருந்த திசைக்கு நேர் எதிரே அடிப்பது மரங்களின் அசைவில் இருந்து தெரிந்தது. இந்த வேகத்தில் கீழே இறங்கினால் விமானம் உடைந்து விடும். மெதுவாகக் கோணத்தை மாற்றினேன். உயிரில்லாத இன்ஜினின் ப்ரொப்பல்லர் மட்டும் ஆரோக்கியமில்லாமல் சுற்றிக் கொண்டிருந்தது.

எவ்வளவு அபூர்வமான விமானம்! முழுவதும் இன்ஜின் அணைத்த பின்னும் க்ளைடர் மாதிரி மிதக்கிறது. பெரிய விமானமாக இருந்தால் அப்பொழுதே விழுந்திருக்கும்.

ஏகப்பட்ட மண் புழுதியைக் கிளப்பிக் கொண்டு மிகப் பத்திரமாக கங்கை நதிமேல் இறங்கினேன். எனக்கு ஒரு சிறு காயம்கூடப் படவில்லை. விமானத்திற்கு மிக லேசாகச் சேதம்.

கரை ஓரமாக இருந்த கிராமத்து ஜனங்கள் ஓடி வந்தார்கள்.

சர்க்கஸ் பிரசாரகனைப்போல

பஞ்சாயத்து அதிகாரிகளும், ஆண்களும் பெண்களும் எவ்வளவு சிறுவர்கள்! எல்லோரும் என்னைச் சூழ்ந்து கொண்டார்கள். விமானத்தைச் சூழ்ந்து கொண்டார்கள். ஏதோ சர்க்கஸ் பிரசாரத் திற்கு வந்திருக்கிறேன் என்று சரபஞ்ச் ஒருத்தன் மற்றவர்களுடன் என்னைப் பேச விடவில்லை.

என்னைக் கயிற்றுக் கட்டிலில் உட்கார வைத்து மோர் கொடுத்தார் கள். என் அரைகுறை இந்தியில் வானத்தில் விமானம் இன்ஜின்

அணைந்து விட்டதையும் அதனால் இறங்கி விட்டதையும் சொன்னேன். 'ஒரு தந்தி கொடுக்க வேண்டும். தபால் தந்தி ஆபீஸ் அருகே எங்கே இருக்கிறது?' என்று கேட்டேன்.

'தபால் தந்திக்கு நீங்கள் அலஹாபாத் போக வேண்டும்' என்றான்.

'என்னது! அலஹாபாதா? அலஹாபாத் இங்கிருந்து எத்தனை மைல்?'

'ஆறு மைல்!'

'எக்கா' என்ற எலும்பை முறிக்கும் குதிரை வண்டி ஒன்றைப் பிடித்துக்கொண்டு விமான நிலையத்தை அடைந்தேன்.

ராய் ஹாங்கரிலிருந்து நான் குதிரை வண்டியிலிருந்து இறங்கு வதைப் பார்த்தார். நேராக என்னிடம் வந்து 'என் ஞாபகம் பிசக வில்லை என்றால், 3 மணி நேரத்துக்கு முன் ஒரு ஏரோப்ளேனை எடுத்துக் கொண்டு சென்றாய் என்று நினைக்கிறேன். இப் பொழுது குதிரை வண்டியில் திரும்பி வருகிறாய். என்ன ஆச்சு ப்ளேன்? விற்று விட்டாயா?' என்றார்.

'நதியில் இறங்கி விட்டேன் காப்டன்.'

'ஏன்?'

'இன்ஜின் ட்ரபிள்!'

'ஸில்லி! என்ன ட்ரபிள்?'

'திடீரென்று நின்றுவிட்டது!'

'பெட்ரோல் டாங்கை மாற்றினாயா?'

'காப்டன்?'

'பெட்ரோல் டாங்க் இரண்டு டாங்க் இருக்கிறதே? தெரியு மல்லவா? நடுவில் மாற்றினாயா?'

'இல்லை.'

'அதுதான் உன் இன்ஜின் நின்று போயிருக்கிது! எலிமெண்டரி மிஸ்டேக்! அப்புறம், ப்ளேன் என்ன கண்டிஷனில் இருக்கிறது?'

மிஸ். தமிழ்த்தாயே! நமஸ்காரம்! • 119

'நன்றாகத்தான் இறங்கியது. அதிகம் டாமேஜ் இல்லை.' பெட்ரோல் டாங்கை மாற்றவில்லை! என்ன மடையன் நான். முதல் டாங்கில் பெட்ரோல் தீர்ந்து போயிருந்தாலும் இரண்டாவது டாங்கி நிறைய பெட்ரோல் இருந்திருக்கிறது.

அந்த ப்ளேனைத் தனித்தனியாகப் பிரித்து லாரியில் கொண்டு வந்து பூட்டி மறுபடி பறக்க வைத்து விட்டார்கள்.

மறக்க முடியாத காப்டன் ராய்

எப்படியோ அந்த 25 மணி நேரங்களை மறந்தாலும் காப்டன் ராயை மறக்க முடியாது. நிதானமாக, பொறுமை இழக்காமல் எவ்வளவோ பேருக்குச் சொல்லித் தந்திருக்கிறார்.

அந்த ஃப்ளையிங் ஸ்கூலும் இப்போது இல்லை. அவரும் இப்பொழுது இல்லை.

11. சைக்கிள்

முதன் முதல் நீங்கள் சைக்கிள் கற்றுக் கொண்டதை நினைத்துப் பாருங்களேன். சிரிப்பு வரும். எனக்கு அப்போது 13 வயது. ஸ்ரீரங்கத்தில் சித்திரைத் தேர் முட்டியில், கோபுர வாசலுக்கு வெளியே சின்னராஜு கடையில் வாடகை சைக்கிள்கள் இருக்கும். எல்லாமே சின்னராஜு சொந்தத் திறமையில் தயாரித்தவை. அவர் சைக்கிள் ஒரு மணி நேரத்துக்கு இரண்டனா ரேட். ஆளுக்குக் காலணா செலுத்தி - எஸ்.எஸ்.எஸ். சீரங்கம் சைக்கிளும் சங்கம் அமைத்து எட்டுப் பேர் கோஷ்டியாக எடுப்போம். கற்றுக் கொடுக்க சீமா எட்டு இடமும் குளிர்ந்திருந் தால் வரச் சம்மதிப்பான். ஒரு மணியில் எட்டு பேர் கற்க வேண்டும். நடுநடுவே சீமா 'இத பார் இந்த மாதிரி ஓட்டணும்' என்று மாதிரி காட்டும் வெறுப்பேற்றும் வெள்ளோட்டங்களில் ஸ்டைலாக ஏறி ஒரு சுற்றுச் சுற்றி வந்து காலை தேய்த்துக் கொண்டு நிறுத்தும் நிமிஷங்கள் போக பாக்கியிருப்பதில் எங்களுக்கு ஆளுக்கு ஐந்து நிமிஷம்தான் மிஞ்சும்.

சின்னராஜு, இருப்பதற்குள்ளேயே, லொடக்காணியான சைக்கிளைத்தான் எங்கள் பயிற்சிக்குக் கொடுப்பார். அழுக்கான நோட்டில் காகித பென்சிலில் 4.30 என்று டயம் குறித்துக் கொண்டு சைக்கிளை சீட்டில் தட்டிக் கொடுத்துவிட்டு, ஓரிஜினல் பி.எஸ்.ஏ. வண்டி எடுத்துக்கிட்டுப் போங்க' என்பான். ப்ரேக், லைட், பின்புற மட்கார்ட் எதுவும் இல்லாது, இரண்டு சக்கரம், ஒரு ஸீட், ஒரு மணி, ஹாண்டில் பார் அவ்வளவுதான். உரித்த கோழியைப் போல் ஒரு வண்டி. அதை அழைத்துக் கொண்டு கொள்ளிடம் போகும் மணற்பாதைக்கு ஓட்டமும் நடையுமாகச்

செல்வோம். எப்போதும் ஹெட் மாஸ்டர் பையன்தான் முதல். அவனைச் சீட் மேல் ஏற்றி சீமாவும் மற்றொரு அசிஸ்டெண்டும் பிடித்துக் கொண்டு செலுத்த, சங்கத்தின் மற்ற அனைவரும் எதற்கோ தலைதெறிக்க ஓடுவோம்.

கடைசியில் என் முறை. என்னை இருவர் தூக்கி உட்கார வைத்து ஜோடித்து 'நேராப் பாரு. இடுப்பை வளைக்காம மிதி' என்று சீமா உபதேசம் செய்ய, நான் 15 டிகிரியிலும், சைக்கிள் எதிர் பதினைந்து டிகிரியிலும் ஆரம்பித்து உதட்டைக் கடித்துக் கொண்டு டைட்டாக இருந்த பெடலை மிதிக்க, 'பிர்ரக்' என்ற சப்தத்துடன் செயின் கழன்று அப்படியே நான் சரிய, சீமா சைக்கிளை என் கழுத்தில் இருந்து விடுவித்து, 'இப்படி விறைச் சுண்டு அழுத்தினா உனக்குச் செத்தாலும் வராது. அடுத்தவன் வாடா?' என்றான். மறுபடி ஹெட் மாஸ்டர் மகனுக்கு சான்ஸ்.

இரண்டாம் நாள் சீமா என்னைத் தேற்றி, தேர் மேல் ஏற்றி வைத்தான். பின் வருபவர்களின் உந்து சக்தியினால் பூராவும் பெடலைத் தொடுவதிலேயே என் காலம் போயிற்று. 'நேராப் பாரு! கீழே பார்க்காதே' என்று இடுப்பில் அவ்வப்போது குத்து. அப்படியே சீமாவின் மேல் சாய்ந்து, அவன் விலகிக் கொள்ள முழங்காலில் சிராய்த்து அதில் எச்சில் துப்பி, காகிதத்தை ஒட்டி முதல் உதவி, நொண்டி நொண்டிக் கொண்டே வீடு சேர்ந்தேன். மூன்றாவது தினம் மற்றொரு முழங்கால், நான்காவது தினம் 'நான் வரலைடா!' என்று காலணாவைக் கொடுத்துவிட்டு ஒதுங்கல்!

ஐந்தாவது தினம் முதல் முறை கைவிடப்பட்டேன். திடீர் என்று பின்னால் திரும்பிப் பார்த்தால் அவர்களைக் காணோம். சிலிர்த்துப் போய்க் காலை ஊன்றித் தேய்த்து சைக்கிளைக் குப்பையாய்ப் போட்டுவிட்டு அவர்களை நோக்கி ஓடிவந்து விட்டேன். திட்டினார்கள்.

ஆறாவது நாள் பாலன்ஸ் வந்து விட்டது. திடீர் என்று சைக்கிள் விடுவதில் உள்ள உற்சாகம் தென்பட, ஆயிரம் நெளி நெளிந் தாலும் சைக்கிள் இன்னும் செல்வதில் உள்ள ஆச்சரியத்தில் சிரிப்பு வந்தது. சற்றும் எதிர்பாராத முதல் முத்தம்போல் இருந்தது. மணி அடித்தால் தேவலோகத்துக்குக் கிணிகிணி கேட்டது. 'மறைந்த கூண்டிலிருந்து விடுதலை பிறந்து பறவை விரைந்தோடுதே' என்று பாட்டும் பாடினேன்.

இது என்ன? ரோடு முடிந்துவிட்டதே! சைக்கிள் இன்னும் போய்க் கொண்டிருக்கிறதே! திரும்பக் கற்றுக் கொள்ள வில்லையே! இடது பக்கம் சாக்கடை. வலது பக்கம் முள்வேலி. வலது பக்கம் திருப்பும் எண்ணம்தான் இருந்ததே ஒழிய சைக்கிள் திருப்பினால்தானே! நேராக வேலி நோக்கிச் சென்று மோதிச் செருகிக் கொண்டுவிட்டது. பின் பாதி சைக்கிள் தான் வெளியே தெரிந்தது. முன் பாதி? இழுத்தேன். வெளியே வந்தது. முன் சக்கரம் இல்லாமல்! இதற்குள் என்னை வந்து சேர்ந்த சங்கத்தின் அங்கத்தினரிடையே அமைதி நிலவியது.

'என்ன பண்றது இப்ப? சின்னராஜு தோலை உரிச்சுடுவான்!'

'நீதானே உடைச்சே! நீதான் திருப்பிக் கொடுக்கணும். ரிப்பேருக்கு ஆற சார்ஜை உங்க பாட்டிக்கிட்ட கேட்டு வாங்கிக் கொடுத்துடு! முதல்ல போய் முன் சக்கரத்தை எடுத்துட்டு வா!'

எகிறிக் குதித்து விடுதலை பெற்ற சக்கரத்துடன் வந்தேன். சீமா அதை ஃபோர்க்கில் பொருத்திப் பார்த்து 'நட்டு போயிடுத்து' என்றான். மெதுவாக நகர்த்திப் பார்த்தான். பத்தடி போனதும் தரையைக் கொத்தியது. எல்லோரும் என்னைப் பார்த்தார்கள். 'அழாதே வா' என்றான் சீமா. இரண்டு பேர் சைக்கிளை உயரப் பிடித்துத் தூக்கிக் கொண்டும், நான் முன் சக்கரத்தைத் தனியாக அணைத்துக் கொண்டும் திரும்பினோம். தூரத்தில் இருந்து சீமா சின்னராஜுவைப் பார்த்தான். அழுக்குத் தண்ணீரில் பங்சர் பார்த்துக் கொண்டிருந்தான். சீமா ஒரு க்ரைஸிஸ் ஆசாமி. கடைசி நிமிடத்தில் முன் சக்கரத்தைச் சொருகித் தொற்ற வைத்து பெடலில் ஏறிக்கொண்டு மிதந்து அப்போதுதான் ஓட்டிக் கொண்டு வந்து சேர்பவன்போல் சைக்கிளைக் கொண்டு சென்று மற்ற சைக்கிள்களுடன் கலந்து நிறுத்திவிட்டு, 'பார்த்துக்க சின்னராஜு...' என்று அலட்சியமாகச் சொல்லிவிட்டு, கோபுர வாசல் வரை விசில் அடித்துக்கொண்டு நடந்துவிட்டு அப்புறம் எல்லோரும் ஒரே ஓட்டம். எஸ்.எஸ்.எஸ். கலைக்கப்பட்டு விட்டது. சின்னராஜு கடைப்பக்கம் அப்புறம் நான் போகவே இல்லை.

எனக்கும் ஒழுங்காக சைக்கிள் ஓட்டவந்து தண்ணீர்க் குடம் எடுக்கும் கன்னிப் பெண்கள் முன்னால் இரண்டு கைகளாலும் சட்டைக் காலரைச் சரி பண்ணிக்கொண்டு ஓட்டியதையும், ஒருமுறை சைக்கிளில் சமயபுரம் போனபோது மண்பாண்டங்கள்

விற்றுக் கொண்டிருந்த ஒருத்தி மேல் மோதியதும் பிற்பட்ட விஷயங்கள்.

அந்த முதல் பாலன்ஸ் தினத்தில் ஏற்பட்ட சந்தோஷம் கார், ஏன் ஏரோப்ளேன் கற்றுக் கொண்டபோதுகூட ஏற்படவில்லை.

இப்போது என் மகன் சைக்கிளைப் போட்டுக் கொண்டு விழுந்து முழங்காலில் ரத்தத் திட்டுடன் வீட்டுக்கு வரும்போது எனக்கு அந்தத் தினம் இன்பமாக வலிக்கிறது.

12. ஹொகேனக்கல்

தருமபுரியில் இருந்து விலகிச் செல்லும் பாதையில் போகலாம். வெயில் பட்டை உரிக்கிறது. பாறைகள் உஷ்ணமாக மூச்சு விடுகின்றன. பாதையில் புழுதிப் படலங்கள். அடிக்கடி குறுக்கிடும் பஸ்கள். மெதுவாக தமிழ்நாடு சுற்றுலாக்காரர்களின் அந்தப் புதிய கட்டடத்திற்கு வருகிறோம். முன்பே சொல்லி வைத்திருந்தால் காற்று விளையாடும் அந்த உச்சிக் கட்டடத்தில் ஓர் அறை கிடைக்கும். அங்கே இருக்கும் அதிகாரி தமிழ்ப் பத்திரிகைகள் படிப்பவராக இருந்து நீங்கள் ஓர் எழுத்தாளராக இருந்தால் ஸ்ட்ரா வைத்து இளநீர் கிடைக்கும்.

இறங்கி வந்து நதியைச் சந்திக்கிறோம். இதற்கு முன்பே நதியின் 'ஓ' என்ற சன்னமான இரைச்சலைக் கேட்டுவிட்டோம். நதியைப் பார்த்ததும் வந்த வழியின் அசௌகரியங்கள் யாவும் மறந்து போய் விடுகின்றன.

புதிதாக வளையல் அணிந்து கொண்ட சின்னப்பெண் உற்சாகமாக ஒலித்துக் கொண்டு ஓடுவதுபோல் ஓடுகிறாள் காவேரி. இருக்கிற பொந்துகளில் எல்லாம் புகுந்து நிறைந்து குதித்து, இருக்கிற பாறைகளையெல்லாம் உருட்டி அங்கே அங்கே என்று எந்த இடத்தில் போனாலும் கொஞ்சம் கொஞ்சும் காவேரி.

நீர்வீழ்ச்சியை அணுகலாம். கூரைக் கட்டடங்கள். ஒரு அய்யர் ஹோட்டல் (கல்லாவிலும் அவரே. உள்ளேயும் அவரே). பேயன் பழங்கள் தொங்கும் ஒரு சில பெட்டிக் கடைகள் சிற்சில நாய்கள். 'பாபி' திரைப்படம் அங்கே எடுத்தபோது நடித்ததாகச் சொல்லும் நூறு சிறுவர்கள். அவர்களது ஆச்சரியமான நீச்சல் திறமை. கன்னடம், தெலுங்கு, தமிழ் என்று பாஷை மாறும்

திறமை. எண்ணெய் தேய்த்து உடம்பு பிடித்துவிட கலர் கலரான பாட்டில்களுடன் காத்திருக்கும் மீசைக்கார பயில்வான்கள் (வேண்டாம் சுளுக்கிக் கொள்ளும்). பெண்கள் குளிப்பது எங்கிருந்தாவது தெரிகிறதா என்று அபாயகரமான பாறைகளின் மேல் ஏறி நிற்கும் இளைஞர்கள். நதியின் ஓட்டத்தைச் செயற்கை யாகப் பிரித்து இரண்டு நீர்வீழ்ச்சிகள் - ஒன்று ஆண்கள் வீழ்ச்சி, மற்றது பெண்களுக்கு. வீழ்ச்சி நிச்சயம் உண்டு பாசியில் கவன மாகக் கால் வைக்காவிட்டால்.

சுமாரான உயரத்தில் இருந்து கடினமாகச் சரியும் அருவி. அதில் நுழைந்ததும் மட்டையிலும் உடம்பிலும் சினேகிதமான நீர்க் கரங்கள். அடி வாங்கினதும் ஏற்படும் உற்சாகம் இறைவனைத் தொட்ட மாதிரி இருக்கிறது (எச்சரிக்கை அண்டர்வேரை உருவும் அருவி). அங்கேயே நின்று நின்று ஜலத் திரளை எதிர்த்து உடம் பெல்லாம் இன்பமாக வலி பரவும் வரை விட்டுப் போக மனம் வருவதில்லை. கொஞ்சம் நீர்த் தேக்கத்தில் அசந்து நின்றால் மீன்கள் குறுகுறுவென்று கடிக்கின்றன. மறுபடி அருவிக்கு ஓடி விடலாம். மறுபடி உதை வாங்கலாம்.

பசிக்கிறதல்லவா? வெளியே வந்து துடைத்துக் கொண்டு உடை யணிந்து கொண்டு நடக்கலாம். அய்யர் ஹோட்டல் காபியை முயன்று பார்க்கலாம். டிபன் வருவதற்கு ஒரு மணி ஆகும். தெரிகிற சுற்றுலாக் கட்டிடத்தில் ஒரு வருஷம் முன்பே சொல்லி வைத்திருந்தால் சாப்பாடு கிடைக்கும். வேறு வழியில்லாமல் பேயன் பழங்களை வாங்கி உரித்துச் சாப்பிட்டுவிட்டு மறுபடி அருவிக்குச் சென்று குளிக்கலாம். குளித்துவிட்டு வந்து, பரிச லுக்குக் காசு கொடுத்து உயிரைப் பிடித்துக் கொண்டு உட்கார்ந் தால், அந்தச் சிறுவன் துடுப்புப் போட்டுச் சுழற்றிச் சுழற்றி முகட்டுக்கு அழைத்துச் செல்கிறான். அங்கிருந்து தெரியும் பள்ளத்தாக்கின் விஸ்தாரம் நம்மைத் தாக்குகிறது. அங்கங்கே சிறிய பெரிய அருவிகள் கீழே கல்லில் மோதி நீர்த் திரள் புகை மேகமாகப் படருவதைப் பார்த்ததும் 'புகைச்சல்' என்கிற கன்னடப் பெயரின் அர்த்தம் விளங்குகிறது.

ஒரு நாள் சென்று பார்ப்பதற்கு, குளிப்பதற்கு உத்தமமான இடம். (உணவுப் பொட்டலங்கள் எடுத்துச் செல்லவும். வலுவான ஜட்டி அணியவும்.)

13. தமிழ்நாடு 2000 மைல்

எங்கள் அலுவலகத்தில் புதுசாக 'எல்டிஸி' என்று ஒரு விடுமுறைப் பிரயாணச் சலுகைத் திட்டம் கொண்டு வந்தார்கள். 3000 கி.மீ. வரை எங்கு வேண்டுமானாலும் போக ஓர் அளவுக்குச் செலவுக்குப் பணம் கொடுக்கிறோம் என்றார்கள். என் நண்பர்கள் பலர் மினிக்காய் தீவுகள், அஸ்ஸாம் நகரத்தில் இருக்கும் காஸிங்கா காடு, காஷ்மீரின் நெற்றியில் இருக்கும் குல்மார்க்கு என்று திட்டம் தீட்டிக் கொண்டிருக்க எனக்குத் தமிழ்நாட்டையே ஒழுங்காகச் சுற்றிப் பார்த்தால் என்ன என்று தோன்றியது. காரில் போகலாமா என்று ஆபீஸில் கேட்டேன். ஆங்காங்கே போன தற்குச் சாட்சியாக பெட்ரோல் பில் காட்டினால் போதும் என்றார்கள். காரில் செல்லத் தீர்மானித்தேன். சமீபத்தில் ரிப்பேர் ஆகியிருந்த என் காரை மெக்கானிக்கிடம் காட்டியபோது, தமிழ்நாடு பூரா என்ன, டிம்பக்ட்டுகூடப் போய் வாருங்கள். நான் காரண்ட்டி என்றார். கூடவா வரப் போகிறார்?

சமீபத்தில் என் விமானப் படை நண்பன் விங் கமாண்டர் ரங்கநாதன் தன் குடும்பத்தினருடன் நாடு முழுவதும் காரில் உற்சாகமாகச் சுற்றி வந்த சங்கதி கேட்டதிலிருந்தே என் ரத்தம் பூரா சுற்றும் ஆசை ஊறியிருந்தது. ரங்கநாதனுக்குப் போன் செய்தேன். 'காரில்தான் போக வேண்டும். அதைவிட அருமையான ட்ரிப் கிடையாது. உடனே வா. பளிங்கு மாதிரி ரூட் சொல்லித் தருகிறேன்' என்றான். சென்றேன்.

ரங்கநாதன் தன் சுற்றுப் பிரயாணத்தை மிகத் திறமையாகத் திட்ட மிட்டு நடத்தித் திரும்பி வந்து சூடிய வெற்றி வாகையில் ஒன்றி ரண்டு தழை இன்னும் அவன் மேல் ஒட்டிக் கொண்டிருந்தது.

‘புறப்படறதுக்கு முன்னால பிள்ளையாருக்கு ஒரு தேங்கா உடை. அப்புறம் கீழ்க்கண்ட அட்ரஸ்களுக்கு எல்லாம் எழுதிப் போடு’ என்று இருபது சத்திரங்கள், இருபது டூரிஸ்ட் பங்களாக்கள் விலாசம் கொடுத்தான். எட்டு வரைபடங்கள் தந்தான். மாப்புகள். திருச்சினாப் பள்ளிப்பிரதேசத்து மிலியன் மாப் ஒன்று கொடுத்தான். என்ஸி 44 என்று ஒரே டிகிரியும் கலருமாக கசகச என்று மாப் பிரயாணத்தின்போது, தான் குறித்து வைத்துக் கொண்ட பல்வேறு செய்திகள் அடங்கிய குறிப்புப் புத்தகத்தைக் கொடுத்தான். பிரித் தேன். பங்களூர் 61613 - சேலம் - கிருஷ்ணகிரி - தர்மபுரி வழியாக 197 கிலோ மீட்டர். உட்லண்ட்ஸில் இட்லி - ஒசூரில் இயற்கைக் காட்சிகள் - பாபு வீட்டில் அரை மணி தங்கல். இந்த ரீதியில் நுணுக்கமான குறிப்புகள். ஒரு ஃபைல் பூரா சமாசாரங்கள் தந்து, ‘இந்தா வெச்சுக்கோ’ என்று என்னை ஆசீர்வதித்து அனுப்பினான்.

ஆஹா இவனன்றோ முன்னோடி என்று நானும் அதே கம்ப் யூட்டர் திறமையுடன் திட்டமிட்டுச் செயல்பட விழைந்து முதலில் ஒரு பட்டியல் தயாரித்தேன். எடுத்துச் செல்ல வேண்டிய பொருட்களின் பட்டியல்.

வரைபடங்கள் (மிக முக்கியம்) ஃபான் பெல்ட். ஸ்டெப்னி. ஸ்டெப்னிக்கு ஒரு ஸ்டெப்னி. துணி உலர்த்த, படுக்கை கட்டக் கயிறு, படித்து முடிக்காத புத்தகங்கள், பேனா, காகிதம், பிளாஸ்டிக் பக்கெட்டு, ரேடியேட்டருக்குத் தண்ணீர் என்று புதுக்கவிதை போல லிஸ்ட் வந்தது. என் மனைவி மகன்கள் இருவரும் பட்டியலை விரிவுபடுத்திக் கொண்டேயிருக்க, கிளம்பும் நாளன்று அது நாலு முழுத் தாளுக்கு நீண்டு விட்டது.

மார்ச் இருபத்தைந்து. காலை எட்டு மணிக்குக் கிளம்பியபோது என் உதடுகளில் டிட்டூய் என்று உற்சாக மெட்டு. உள்ளம் பூரா நிரம்பி வழிந்து சட்டையை நனைத்த சந்தோஷம். இவ்வளவு திட்டமிட்டு நான் அதுவரை செயல்பட்டதில்லை. ‘தங்கத் தமிழ் நாடே இதோ வருகிறேன்’ என்று புறப்பட்டேன். பங்களூர் எல்லையைக் கடந்ததும் ‘எடுடா மாப்பை’ என்றேன். மாப்பில் சகல விவரங்களும் குறித்து வைத்திருக்கிறேன். நீலப் பென்சி லில் என் தமிழ்நாட்டுத் திக்விஜயமே ரூபமெடுத்திருக்கிறது. ‘எங்கேடா மாப்பு?’ வீட்டில் விட்டு வந்துவிட்டோம்.

மனைவி, ‘திரும்பப் போய் எடுத்து வந்து விடலாம்’ என்றாள். என் தன்மானம் சம்மதிக்க விடவில்லை.

'வாயில் இருக்கிறது வழி. கொலம்பஸ் மாப் வைத்துக் கொண்டா சென்றான்? வாஸ்கோடகாமாவுக்கு எது வரை படம்?' என்றேன்.

'அதெல்லாம் தெரியாது. ரங்கநாதன் மாப்புடன்தான் சென்றார். அது தெரியும்' என்றாள்.

என் திட்டப்படி முதல் ஸ்டாப், திருப்பூர். அங்கே செல்வதில் எனக்குக் கஷ்டம் இல்லை. என்னிடம் திருப்பூர் வரை வர அந்த ஊர்க்காரர் கணபதி இருந்ததால். மற்றொரு காரியமும் மறந்து போயிருந்தது. ஞாபகம் வந்தது. பிள்ளையாருக்குத் தேங்காய் உடைக்க மறந்து போய்விட்டோம். கணபதியே கூட வரும் போது என்ன கவலை என்று சமாதானம் சொல்லிக் கொண்டா லும் அது உறுத்தியது. நல்ல வேளை பிள்ளையாருக்கு வேண்டிக் கொண்டோம். ஹனுமாருக்கு வேண்டிக் கொண்டிருந்தால் இது நேரம் டயர் பங்க்ச்சர் ஆகியிருக்கும் என்றேன். ஒருத்தரும் சிரிக்கவில்லை. ப்ஸ்ஸ்ஸ் என்று சத்தம் வர ப்ரேக் போட்டேன்.

'ஏன் நிறுத்திட்டீங்க?'

'பங்க்ச்சர்!'

'இல்லைப்பா. நான்தான் பங்க்ச்சர் மாதிரி சத்தம் போட்டேன்!'

அவனைச் சவட்டுவதற்கு நேரமில்லாமல் காரைக் கிளப்பினேன். சற்று நேர மௌனம். 'ஏன் எல்லோரும் மௌனமாக இருக்கிறீர் கள். சற்று நேரம் பாப் சங்கீதம் கேட்கலாம்' என்றேன். நல்ல வேளை டேப் ரிக்கார்டரையாவது கொண்டு வந்திருக்கிறோம். அதற்கு பாட்டரிதான் மறந்து விட்டோம் என்பது உணர்ந்ததும் பதிலாக என் இளைய மகன் பாடுகிறேன் என்றான். 'வேண்டாம் மைல் கல் வருகிறது பார். ஒவ்வொன்றாகப் படி' என்றேன். 'நாகப்பட்டினம் நாற்பது' என்று படித்தான். நாகப்பட்டினமா? மறுபடி ப்ரேக்கை மிதித்தேன். 'எனக்குத் தமிழ் சரியாப் படிக்க வராது' என்று சிரித்தான்.

தமிழ்நாடு விஜயம் பூராவும் நாங்கள் மறந்துவிட்டு வந்து விட்டவைகள் ஒவ்வொன்றாக ஞாபகம் வந்துகொண்டே இருந்தன.

திருப்பூரில் மில்களை ஒட்டிய சாலையில் சென்று ஸ்டேஷனை ஒரு வினோத மேம்பாலத்தில் கடந்தோம். (ரோடு நடுவே

பாதசாரிகள் பாதை!) வருக வருக என்று தோரணங்கள் கட்டி யிருந்தன. பரவாயில்லையே, தமிழ் எழுத்தாளர்களை இவ்வளவு கௌரவிக்கிறார்கள் என்ற சரியாகப் படித்துப் பார்த்ததில் அகில இந்திய வாலிபால் விளையாட்டு வீரர்களை வருக என்று அழைப்பதாகத் தெரிந்தது. திருப்பூர் பனியனுக்கு அடுத்தபடி வாலிபாலை நேசிக்கிறது. மாலை இறுதி ஆட்டத்திற்கு வட நாட்டில் இருந்து ஆட்டக்காரர்கள் வந்திருந்தார்கள். ஒரு பள்ளி மைதானத்தில் மிகப் பெரிய காலரி அமைத்து ஏறக்குறைய இருபதினாயிரம் பேர் விளையாட்டுப் பார்க்க வந்திருந்தார்கள். அரிமா சங்கம் நடத்திய போட்டி அது (அரிமா சங்கம் என்றால் என்ன என்பதை வடிவுக்கரசி போன்ற தமிழ் ஆசிரியைகளிடம் கேட்டுத் தெரிந்து கொள்ளவும்). இருபதினாயிரம் பேரும் ஆட்டம் முடிந்ததும் ஒரு சின்ன வாசல் வழியாக அமைதியாகப் புறப்பட்டுச் சென்றதைப் பார்த்து வியந்தேன் (அடுத்த வருஷம் வாசல் பெரிசாக வையுங்கள் அரிமா சங்கத்தினரே!).

திருப்பூரில் வியப்பிற்கு ஏற்ற மற்றொரு சமாசாரம் பஞ்சாலைப் பெண்கள். காதில் பாடகம் தொங்கப் பெரும்பாலும் வெள்ளை உடை அணிந்த பெண்கள். நூலிழையூடும் பாவுகளை வசீகரமாக நடனமாடும் விரல்களால் அமைத்து அமைத்து சிலிர்த்துக் கொண்டு ஓடும் மிஷின்களுக்கு ஈடு கொடுக்கும் விதவைகள். நண்பன் கணபதியின் தந்தை சந்திரமௌலி, ஆஷர் மில்லுக்கு அழைத்துச் சென்றார். தமிழ் சினிமாவில் கைலாச சீன் போல் ஒரு ஹால் முழுக்கப் பஞ்சாக இருக்கிறது.பஞ்சைப் பிரித்துப் பார்த்தால் ஒன்றிரண்டு தொழிலாளர்கள் தெரிகிறார்கள். பஞ்சை மெல்ல மெல்லப் பிரித்துத் திரித்து நெரித்து மெல்லிய மிக மெல்லிய நூலாக்கும் வரை போராடும் நீள, மிக நீள மிஷின்கள், மிஷின்களைச் சுத்தம் செய்ய நடையாக நடக்கும் மற்றொரு மிஷின்! விசித்திர இயந்திரம். இடையிடையே காக்கிச் சட்டைத் தொழிலாளர்கள். அந்த இரைச்சலில் ஆறு நாளில் காது செவிடாகப் போய் 'உன் பெயர் என்ன என்றால் இன்னும் இல்லை' என்பீர்கள். நிச்சயம் இந்தத் தொழிலாளர்களுக்கு அதிசீக்கிரம் காது போய்விடும். ஏதாவது செய்கிறார்களா?

திருப்பூரில் நிறைய செல்வந்தர்கள். நிறைய வெளிநாட்டுக்காரர் கள். வாலிபால், கங்கை அமரன் சங்கீதம் எல்லாம் பிடிக்கும் போலிருக்கிறது. கர்நாடக இசை என்றால் கிட்ட வரமாட்டார்கள் என்று தியாகராஜன் சொன்னார். 'சுத்த பங்களாவை'த் தேர்ச்சியாகச் சீட்டியடிக்கிறார்.

கோயமுத்தூர் நகரத்து மத்தியில் மேம்பாலம் என்றோ, ஃப்ளை ஓவர் என்றோ, அண்டர்கிரவுண்டு என்றோ சொல்ல முடியாதபடி மூன்றும் கெட்டானாக ஒரு சங்கதி இருக்கிறது. அதில் வெளியூர்க்காரர்கள் நுழைந்து வெளியே வந்தால் அன்று அவர்கள் அதிர்ஷ்ட தினம். உள்ளூர்க்காரர்கள் இந்த ரோடு சந்திப்பைப் பெருமையாகப் பேசிக் கொள்கிறார்கள். அதன் பெருமை என்ன என்பது எனக்கு இதுநாள் வரை விளங்க வில்லை. இதை நிர்மாணித்த ஸிவில் இன்ஜினியரைத் தனியாக விசாரிக்க வேண்டும்.

கோவையில் தமிழ்ப் பத்திரிகைகள் படிப்பவர்கள் நிறைய என்று தோன்றுகிறது. கோவை ஃபைன் ஆர்ட்ஸ் அகடெமியின் குருராஜ், கல்யாணசுந்தரம் போன்றவர்கள் எங்களை அலுங் காமல் அழைத்துச் சென்று முருகன் ஓட்டலில் வைத்தார்கள். கல்யாணசுந்தரம் என் காரை எடுக்க அனுமதிக்கவில்லை. அவரிடம் இருந்த பியட் கார் ஏதோ ஜேம்ஸ் பாண்ட் படத்தில் வருவதுபோல இருந்தது. உள்ளே டிஜிட்டில் கடிகாரம்! ஸ்டீ...வில் 'ப்ரியா'. திருட்டுப் போனால் சீழ்க்கை அடிக்க எலக்ட்ரானிக் சாதனங்கள். 'நீயும் இருக்கிறாயே' என்று என் காரைக் கோபித்துக் கொண்டேன். 'வா வா' என்றது. கோவை நகரம், சில சமயம் சென்னை போலவும், சில சமயம் பங்களூர் போலவும் இருக்கிறது. சில சமயம் புத்தியைக் காட்டுகிறது. வேளாண்மைப் பல்கலைக்கழகப் பக்கம், வன இலாக்கா பக்கமெல்லாம் அமைதியாக இருக்கிறது. அறுபதடி நூறடி ரோடுகள் பரவாயில்லை. ஆர்.எஸ்.புரம், ஓ.கே. கோவைக்குச் சொத்து என்று நான் கருதுவது மேற்குப் பின்னணியில் இருக்கும் நீலமலை தரும் குளிர்ந்த காற்றும், அந்தக் காற்றைப் போன்ற கொங்கு நாட்டுத் தமிழும்தான். 'என்ற, உன்ற'க்களையும், அக் கட்டால், இக்கட்டால், அவத்தால, இவத்தால, அஆங்கண்ணா, அஆம்பொன்னா என்று அவர்கள் இழுத்து இழுத்துப் பேசுவதை எழுத்தில் கொண்டு வருவது கஷ்டம். நண்பர் புவியரசு கோவை யில், 'அண்ணன்மார் சுவாமி கதை' என்னும் நாட்டுப்புறப் பாடலை நான் வாத்தியங்களுடன் கேட்க வேண்டும் என்கிறார். மெய் சிலிர்க்கும் துடிப்பாம். 'அய்யா' என்று அவர்கள் மரியாதை யாக அழைப்பதும் எனக்கு இச்சையாக இருந்தது.

கோவைக்குத் தேவை ஒரு நல்ல அரங்கம். நல்ல ஆடிட்டோரி யத்திற்காக ஜெயிலுக்குப் போக வேண்டியிருக்கிறது. மக்களுக்குச்

சிறைச்சாலைக்குள் இருப்பது ஒன்றுதான் உருப்படியான அரங்க மாம். சினிமா தியேட்டர்களும் பாடாவதியாகத்தான் இருக்கின்றன.

ஊட்டிக்குப் போகிற வழியில் என் கார் கேட்டது.

'ஏன் இப்படி வயசானவனை மலை ஏறச் சொல்றே? லொக் லொக்.'

'ஏறிடுவே, நீ அனுமார். உன் பலம் உனக்குத் தெரியாது' என்றேன்.

ஊட்டி குளிரவில்லை. சீசன் ஆரம்பிக்காததால் ஓட்டல்கள் காலியாக இருந்தன. குதிரையோட்டத்திற்காக நகரமே தன்னைப் பெயிண்ட் அடித்துக் கொண்டிருந்தது. ஊட்டியில் கடுமையான குளிர்காலம் தவிர, மற்ற நாட்களில் எப்போதும் தென்படுபவர்கள் தேனிலவுத் தம்பதிகள். ஒருவரோடு ஒருவர் பசை போட்டதுபோல் ஒட்டிக்கொண்டு, பார்ட்னர் சொன்ன சின்ன ஜோக்குகளுக்கெல்லாம் சிரித்துக் கொண்டு, நேற்றிரவின் ஞாபகங்களைக் கன்னத்தில் வெட்கச் சிவப்பாகத் தீட்டிக் கொண்டு, இன்னும் ஒருவரை ஒருவர் புரிந்து கொள்ளாத இளம் கணவன் மனைவிகள். இவர்களிடையேகூட அங்கங்கே ஒன்றிரண்டு சுருதி பேதங்களைக் கண்டேன் (தேனிலவு என்று சிறுகதையாக எழுதினேன்).

ஹிக்கின் பாதம்ஸ் மேனேஜருக்குத் தமிழ் இலக்கியத்தில், புதுக்கவிதையில் ஈடுபாடு இருப்பது ஊட்டியில் ஒரு சிறு ஆச்சரியம். சென்னையில்கூடக் கிடைக்காத சில தமிழ்ப் புத்தகங்கள் ஊட்டியில் கிடைத்தன.

தோடர்கள் வாழும் இடத்தைக் காட்டுகிறேன் என்று ஒரு கோஷ்டி அலைகிறது. மட்டக் குதிரையில் பையன்களை அழைத்துச் செல்ல ஒரு கோஷ்டி வருகிறது. டூரிஸ்ட்டுகளிலும் எந்த எந்த விதங்களில் பணம் பிடுங்கலாம் என்று ராப்பூரா யோசித்திருப்பார்கள்போல. தோடர்கள் நாகரிகமடைந்து விட்டதாகக் கேள்வி. அவர்களுடன் சம்பந்தமில்லாத படகர்கள் கன்னடம் போன்ற ஒரு மொழி பேசுகிறார்கள். செயலாக இருக்கிறார்கள். சோப்புக் கட்டி வாங்கக்கூட ஒரு நடை கோயம்புத்தூர் போய் விட்டு வருகிறார்கள்.

ஊட்டியிலேயே மிக உயரமான தொட்டபெட்டா மலை உச்சிக்குச் செல்லும் பாதையில் திரும்பிய உடனே என் கார், 'என்னைச் சித்திரவதை செய்வது என்பதே உன் குறிக்கோளா?' என்றது. 'பரவாயில்லை மெல்லவே போகலாம்' என்றேன்.

'வேண்டாம் வம்பு! எச்சரிக்கை செய்துவிட்டேன்' என்றது.

ஏதோ ஆசையால் உந்தப்பட்டு மலை உச்சியை அடைந்து பானெட்டைத் திறந்து காற்றில் இன்ஜினைக் குளிர வைத்தேன். உள்ளிருக்கும் 'கிர் கிர்' என்ற தண்ணீர் கொதிக்கும் சப்தங்கள் தணிய அரைமணி ஆகும் என்று எதிர்பார்த்தேன். என் அருகில் இருந்த பக்கத்துக் கார் டிரைவர் அபூர்வமாக 'அதெல்லாம் வேண்டாங்க' என்று ரேடியேட்டர் மூடியைக் கழற்ற, 'வேண்டாம் வேண்டாம்' என்று நான் அலற -

'ஒண்ணும் ஆவாது துரை' என்று அவர் சொல்லி முடிப்பதற்குள் அத்தனை நீராவியும் அமெரிக்கா தேசத்து கெய்ஸர் போல அப்படி உயரத்துக்கு வாரி அடிக்க, அப்புறம் அந்த டிரைவரைக் காணவில்லை. குறுக்கு வழியாக மேட்டுப்பாளையம் போய் விட்டார் என்று சம்சயம். குருவாயூரில் பின்னிரவில் மூன்று மணிக்கு எழுந்து, தூக்கம் நிறைந்த கண்களுடன், வேட்டி சுற்றிக் கொண்டு மார்பில் சட்டையில்லாமல், வியர்வைக் கூட்டம் கசகசப்பு இவைகளின் மத்தியில் ஒரு குறுகலான இடத்தில் சன்னதி வாசல் திறக்கக் காத்திருந்தோம். திடீர் என்று எல்லா வாத்தியங்களும் முழங்க, மணி ஒலிக்க, கதவு திறக்க ஆதி காலத்து ஜோதியில் தெரிந்த பிள்ளைக் கிருஷ்ணனின் அமைதி தவழும் மெலிதாகப் புன்னகைக்கும் திருவுருவத்தில் ஒரு செகண்டு உடம்பு உள்ளம் பூராவும் கடவுளை நிரப்பிக் கொள்ளும் அனுபவம் ஏற்படுகிறது. எந்த ஒரு நாஸ்திகனும் இந்தத் தருணத் தின் மெய்மறப்பைத் தவிர்க்க முடியாது என்று சொல்கிறேன்.

பழனி. 'பொன்னுடைய நெடுநகரப் பொதினி' என்று அக நானூற்றுக் காலத்திலேயே பிரசித்தமாக இருக்கும் பழனியில் வையாபுரி ஏரிக்கரை தாண்டி திருவாவினன்குடிக்கோயில் வாசலி லேயே கைடுகள் மொய்க்கிறார்கள். 'இவ்விடம் இருபத்தி நாலு மணி நேரமும் முடி எடுக்கப்படும்' என்று படிக்கிறேன். நியூ திருப்பூர் லாட்ஜ் ப்ரோப்ரைட்டர், தமிழ்ப் பத்திரிக்கைகள் படித்து மகிழும் இளைஞர். என்னை அடையாளம் கண்டுகொண்டு வழிகாட்டிகளிடமிருந்து என்னை விடுவித்து, தனக்குத் தெரிந்த

ஆசாமியை உடன் அனுப்பி வைத்தார். அந்தப் பெரியவர் அடிக்கடி 'படிக்கட்டுப் பாதை 697 படி. 450அடி உயரக் குன்று' என்று சொல்லிக்காட்ட, வின்ச் வழியாக மலையேறத் தீர்மானித்தோம்.

கேள்வி கேட்காத நம்பிக்கைகளின் தலைநகரம் பழனி. யானையடிப் பாதையோ, வள்ளியம்மன் சுனையோ, சரவணப் பொய்கையோ, மணிக்கட்டு மண்டபமோ, தங்க ரதமோ என்னைக் கவரவில்லை. உள்ளே தூரத்தில் நின்று கொண்டு, நாள் முழுவதும் அபிஷேகம் வாங்கிக் கொண்டிருக்கும் பால தண்டாயுதபாணியும், முருகன் என்கிற மகத்தான தத்துவத்தின் பின்னணியும்தான்.

நான் நாஸ்திகன் அல்ல. அப்படி ஒன்றும் பரம ஆஸ்திகனும் இல்லை. எனக்கும் எல்லோரையும்போல சந்தேகங்கள் உண்டு. எல்லாம் ஏமாற்று வேலையா? கடவுளாவது ஒன்றாவது. எல்லாம் தகல்பாஜி. மனிதன் வெறும் கார்பன் - நைட்ரஜன் - பாஸ்பரஸ் என்று தோன்றித் திடீர் என்று சாவைப் பற்றி ஒரு திகில் புறப்படும். பழனியில் அந்தச் சந்தேகங்களுக்கு ஒருவேளை விடை கிடைத்ததோ எனத் தோன்றியது. தமிழ்நாட்டில் இரு பெரும் சமயங்களுக்கு இணைப்பான பாலம் போன்ற முருகன் (மால்மருகன், சிவகுமாரன்) பற்றிய ஆராய்ச்சி உங்களில் சிலர் அறிந்திருக்கலாம். வடநாட்டு ரிக்வேத ஸ்கந்த வழிபாட்டுக்கும், டயனோசிஸஸ் என்கிற கிரேக்கத் தெய்வத்திற்கும் ஒற்றுமைகள் இருக்கிறதாம். பழைய ஏற்பாடு மோஸஸிடமும் கந்தனது பண்புகளைச் சுட்டிக் காட்டுகிறவர்கள் இருக்கிறார்கள்.

சங்க நூல்கள், பரிபாடல், திருமுருகாற்றுப்படையிலிருந்து ஆரம்பித்து அடுத்தடுத்து ஏற்பட்ட பண்பாட்டுக் கலப்புகளில் முருகன் வசீகரமாக மாறியிருக்கிறான். ஆதிகாலத்தில் சேவல் தான் அவன் கொடி. அப்புறம்தான் மயில் வாகனம். தொல் காப்பியம் சொல்லும் 'சேயோன் மேயமை வரை உலகு' என்பதில் 'சேயோன்' சிவந்த நிறத்தைக் குறிப்பதாகச் சொல்லி, ஆதியில் முருகன் அக்கினி அல்லது சூரிய புத்திரனாகவே ஆரம்பித்திருக்கிறான். குறிஞ்சி நிலத்தின் கடவுளாக இருந்தவன். பின்னர் பூகோளப் பகுப்புகளைக் கடந்து பாலை போன்ற மற்ற நிலங்களுக்கும் தெய்வமாகியுள்ளான். ஐந்தாம் நூற்றாண்டு வரை வள்ளி ஒருத்திதான் மனைவி. வடமொழிப் பண்பாட்டுக் கலப்பில் ஸ்கந்தக் கருத்து நம் முருகக் கருத்துடன் கலந்த பின் தேவசேனை என்று மற்றொரு மனைவி ஏற்பட்டு, சிவகுமார னாக மாறி அவனைப் பற்றிய மற்ற புராணக் கதைகளும் சேர்ந்து

கொள்ளப் பிற்கால கந்தபுராணம் செய்வது இந்த இணைப்புக் கடவுளையே.

இன்று? கொடு முடியிலிருந்து அந்தப் பெண் தண்ணீர் எடுத்து நூறு மைல் சுமந்து நடந்து வந்து காலில் செருப்பில்லாமல் மஞ்சளில் நனைத்த புடவையில் தன் இளமை, அழகு எல்லாம் மறந்து கண்கள் மூடியிருக்க அரோகரா அரோகரா என்று ஆவேசப் பரவசத்தில் படியேறி அபிஷேகம் செய்ய, கணவன் சாது போலத் தொடர ஆடி ஆடி வருகிறாள். எதற்கு? பிள்ளைப் பேற்றுக்கு. இது இருபதாம் நூற்றாண்டு.

'கருவயி றுறுகெனக் கடம்படு வோரும்
செய்பொருள் வாய்க்கெனச் செவிசார்த்து வோரும்
ஐயம ரடுகென வருச்சிப் போரும்...'

இது பரிபாடல். தாம் கருவுற வேண்டும் என்றும், புருஷனுக்குச் செல்வமும் போரில் வெற்றியும் ஏற்பட வேண்டும் என்றும் பெண்கள் முருகனிடம் வேண்டிக் கொள்கிறார்களாம்.

முருகன் ஒருவன்தான் ஒரிஜினல் தமிழ் கடவுள்.

ஏற்காட்டிற்கு அருகே சேர்வராய மலையில் ஒரு தாமிரப் பத்திர தியாகியின் புதல்வர், காட்டுச் செடிகளின் நடுவே ஒரு பர்ஃப்யூமரி வைத்திருக்கிறார். வடநாட்டுக்காரர். நன்றாகத் தமிழ் பேசுகிறார். அவரைப் பற்றிப் பேப்பரில் வந்ததை எல்லாம் அழுக்கான ஒரு ஆல்பத்தில் சேர்த்து வைத்திருக்கிறார். நேருவிடமிருந்து ஒரு கடிதம் வைத்திருக்கிறார். அழைத்துச் சென்று ஒவ்வொரு இலையாகப் பிய்த்துக் கசக்கி முகர்ந்து பார்க்க வைத்தார். அதுதான் லக்ஸ் சோப்புக்குப் போகிறது. இதுதான் ஸிந்தால். இதுதான் பியர்ஸ் சோப்புக்கு என்றாலும் எனக்கு எல்லாமே கேசவர்த்தினி வாசனை அடிப்பது போலத் தான் தோன்றுகிறது. அவரிடம் விடைபெறுகையில், என் சின்னப் பையன் உயரத்துக்கு ஒரு பாட்டில் சேர்வராய் அமலா தைலத்தை விற்றுவிட்டார். தடவிக் கொண்டால் செழிப்பாக மயிர் வளரும் என்றார். தடவிக் கொண்டால் யாரும் கிட்ட வர மாட்டார்கள் என்று சொல்லவில்லை.

சேலத்துக்கு அருகே தாரமங்கலத்தில் சிற்பங்கள் நிறைய உள்ளன. பங்குனி மாசம் ஒரே ஒருநாள் சூரிய வெளிச்சம் கோவில் கர்ப்பக் கிரகத்துக்கு வரும் என்றார்கள்.

மிஸ். தமிழ்த்தாயே! நமஸ்காரம்!

கூட வந்தவர்கள் எல்லாருக்கும் பொய்மான் கரடுக்குள் மான் தெரிந்தது. எனக்கு வெறும் பொந்துக்குள் வெள்ளையாக ஒரு சமாசாரம்தான் தெரிந்தது. கற்பனை போதாதோ என்னவோ.

ஸ்ரீவில்லிபுத்தூருக்குச் சென்றபோது கோவில் மூடித் திரையிட்டு இருந்தது. 'அடடா, நாங்கள் அவசரமாகப் போக வேண்டுமே' என்றேன். 'அதனால் என்ன, சேவிச்சுட்டாப் போறது' என்று எங்களுக்காக ஸ்பெஷலாகத் திறந்து திரை நீக்கி, சேவை பண்ணி வைத்தார்கள்.

'தமிழ்நாட்டுக் கோயில்களில் சில்லரை செய்யும் அட்டகாசம்' என்று ஒரு தனி வியாசம் எழுத உத்தேசம். சுற்றுப்பட்ட பட்டர்கள், அர்ச்சகர்கள், சேவகர்களின் பணத்தைப் பார்த்தால் ஸாஸர் போல விரியும் பார்வையில் பாதி பக்தி ஆவியாய்ப் போய் விடுகிறது. கேரளத்துக் கோயில்களில் இந்த பிஸினஸ் இல்லை.

குற்றாலத்தில் அருவி கொட்டுக் கொட்டு என்று பழைய மாம்பலம் குழாய் மாதிரித்தான் கொட்டிக் கொண்டிருந்தது. தலையை மட்டும் நனைத்துக் கொள்ள பத்து நிமிஷம் ஆயிற்று.

குற்றாலநாதர் கோயிலில் வழவழப்பான சதுரக்கல்லில் கை வைத்து நமக்கு வேண்டியதை நினைத்துக் கொண்டு கண்ணை மூடிக்கொண்டால் அது நடக்கும் என்றால் கை தானாக மத்திக்கு வந்து விடுமாம். எல்லோருக்கும் வருகிறது.

'இந்தக் கல் பொய்யாயிருந்தால் கை நழுவி மத்திக்கு வரட்டும்' என்று நினைத்துக் கொண்டேன். வந்தது.

குற்றாலம் போகிற பாதையில் சோலைக்குள் ஒரு சுந்தரமான முருகன் கோயில் ஒளிந்து கொண்டிருக்கிறது.

திருவனந்தபுரத்தில் 'ஒர்மிச்சால் மதுரிக்கும்' என்ற ஒரு கமலஹாசன் படம் ஓடிக் கொண்டிருந்தது. கிட்டப் பார்த்தால் 'நினைத்தாலே இனிக்கும்.' மிருகக் காட்சி சாலை, ரவிவர்மா வின் ஆர்ட் காலரி, கோவளம் பீச் இத்யாதி என்று பார்க்க வேண்டிய இடங்களின் பட்டியலுடன், ஊர் பூரா ஓடும் 'படுத் திருந்த ராத்திரிகள்', 'உட்கார்ந்திருந்த ராத்திரிகள்', 'உறக்கம் வராத ராத்திரிகள்' என்று Soft Porno படங்களையும் சேர்த்துக் கொள்ள வேண்டும். இருப்பதிலேயே செக்ஸியாக ஒரு டைட்டிலைத் தேர்ந்தெடுத்து, படத்தில் போய் உட்கார்ந்தால் தொண்டுக் கிழவியைப் பற்றிய கதை. பித்தலாட்டம்.

ராத்திரி ஒரு மணிக்கு தெருவில் செய்தித்தாள்களில் 'பில்லையும் ரங்கையும் தூக்கிலிட்டு' என்று தலைப்புச் செய்திகளைக் கூவிக் கூவி விற்கிறார்கள்.

பத்மனாப சுவாமி கோவில் முன்னே ஒரு சம்பவம் நடந்தது. அதுதான் கொஞ்சம் கற்பனை சேர்ந்த 'நிபந்தனை'.

நாகர்கோவிலில் எழுத்தாளர் சுந்தர ராமசாமியைச் சந்திக்க முயற்சி செய்தேன். முடியவில்லை. அதிகாலை எழுந்து கன்னியாகுமரிக்குப் பயணம். பெரிப்பிளிஸ் கி.மு. 65ல் குறிப்பிட்டிருக்கும் குமரித்துறையில் இப்போது மணலைப் பாலிதீன் பைகளில் போட்டு விற்கிறார்கள். டிரான்ஸிஸ்டர்கள் அலறுகின்றன. எல்லோருக்கும் முன்பாக ஒருவர் உட்கார்ந்து கொண்டு கிழக்கே நோக்கிக் கொண்டிருக்கிறார். சூரியோதயத்தைச் சற்று முன்பே பார்த்து விட்டுச் சீக்கிரம் வீட்டுக்குப் போய்விடலாம் என்று. ஏழு மணியாச்சு. ஏழரையாச்சு. எனக்கு 'திக்'கென்றது. இன்றைக்குச் சூரியோதயமே கிடையாதா? வெகு தூரத்தில் மேகம் மறைந்திருப்பது சுலபமாகத் தெரியவில்லை.

கன்னியாகுமரின் சமுத்திரக் குளத்தில் என் இரண்டாவது மகன் ஒரு பாட்டியம்மாவின்மேல் நீந்தியது ஒரு சிறு சம்பவம்.

குமரி மாவட்டமே ரயில்பாதை போட்ட ஆனந்தத்தில் இருந்த வேளை அது. விவேகானந்தர் மண்டபத்தைப் பார்க்க நூற்றுக் கணக்கானவர்கள் போட்டில் செல்கிறார்கள். எவ்வளவு பேருக்கு விவேகானந்தர், எப்படி வாழ்ந்தார், என்ன சொன்னார் என்பது தெரியும்?

Despondency is not religion, whatever else it may be. By being pleasant always and smiling. It takes you nearer to God, nearer than any prayer - என்று சொன்னவரின் மண்டபத்திலிருந்து பத்து பைசாவைக் கடலில் போட்டு, இளம் சிறுவர்கள் நீந்தி மூழ்கி அதை எடுத்துக் கொள்வதை வேடிக்கை பார்க்கிறார்கள் டூரிஸ்ட்கள்!

காந்தி மண்டபம். மற்றொரு பாதையில் வள்ளுவர் நினைவாலயம். இன்னும் பத்துப் பதினைந்து வருஷங்களில் பெரியார் பாறை நிச்சயம் வரும். அதற்கப்புறம் சில மந்திரிகள் பாறை; முனிசிபல் சேர்மன் பாறை; நான்கூடச் சின்னதாக ஒரு பாறை ரிசர்வ் செய்துவிட்டுத்தான் வந்திருக்கிறேன்.

திருச்செந்தூர் எனப்படும் திருச்சீரலைவாய் மிகவும் பழமைச் சிறப்புடையது என்று கருக்கட்டிக் கொண்டு கோவிலை நவீனப் படுத்தியிருக்கிறார்கள். நம்மவர்களுக்கு சரித்திர மதிப்பைப் பற்றிய அக்கறையே கிடையாது. செந்தூரில் கோபுரத்தில் நியானில் வேல் ஒளிர்கிறது (பழனியிலும் இதைப் பார்த்தேன்). சின்னப்பா தேவர் செய்த மிக அற்புதமான காரியங்களில் ஒன்று. கோவிலைச் சுற்றிலும் அமைத்திருக்கும் பிரம்மாண்டமான சுற்று மண்டபம். ஆனால், தொல்காப்பியத்திலும் திருமுருகாற்றுப் படையிலும் குறிக்கப்பட்டிருக்கும் கோவிலில் பழமைக்கும் தொன்மைக்கும் ஒரு மதிப்பு வேண்டாமா? இவ்வளவு கான்க்ரீட்டா! வெள்ளைக்காரர்கள் பழைய தோற்றத்தைப் பாதுகாத்து புதுப்பிக்கும் கலைகளில் விசேஷ கவனம் செலுத்து கிறார்கள். சமீபத்தில் உறுத்தாமல் நவீனப்படுத்தப்பட்ட ஒரே ஒரு நாட்டுக்கோவில் ஸ்ரீரங்கம். யுனெஸ்கோ உபயம்.

செந்தூரில் மற்ற இடங்களைப்போல தமிழ்நாடு சுற்றுலாப் பயண மாளிகை நவீன வசதிகளுடன் இருக்கிறது. நாங்கள் போனபோது ரூம் கொடுப்பதற்குப் பதில் பிட் நோட்டீஸ் கொடுத்தார்கள். ஊழியர்கள் ஸ்டிரைக்காம். ஸ்டிரைக் முடிந்து விட்டதா, இன்னும் நடக்கிறதா தெரியவில்லை.

ராமேசுவரத்தின் பாம்பன் புதிய பாலம். அடுத்த தலைமுறையில் முடிந்துவிடும் என்று சொல்கிறார்கள். பாலம் கடந்ததும் 'தங்கச்சி மடம்' போன்ற ஊர்ப் பெயர்கள் வசீகரிக்கின்றன. பிற்காலக் கோயிலான ராமேசுவரத்தின் ராமலிங்கம் மற்றொரு சைவ வைணவ இணைப்பு முயற்சி. சேதுபதியின் மகத்தான காரிடாரை மறக்கவே முடியாது. கைடுகள் சங்கம் அமைத்துக் கொண்டு ஆரம்பத்திலேயே இவ்வளவு கொள்ளையடிக்கப் போகிறோம் என்று சொல்லி விடுகிறார்கள். சௌகரியம்தான். ஊரிலேயே ஒரே ஒரு ஆட்டோ ரிக்ஷா. மற்றதெல்லாம் விபீஷணர் காலத்து குதிரை வண்டிகள். வட நாட்டவர்களின் சாரிசாரி. சமுத்திரக் கரையில் பிராமணர்கள் பண்ணி வைக்க, பிராமணர் அல்லாதார் 'மெள்ளச் சொல்லு அய்யரே' என்று ஸ்பஷ்டமாக மந்திரங்களை உச்சரிப்பில் தொடர்வது சோஷியாலஜிஸ்ட்டுகளுக்கு ஒரு கவர்ச்சிகரமான விஷயம். தீர்த்தம் என்று நூறு இடங்களில் தலையில் தண்ணீர் கொட்டி, அடித்த எலிபோல் நனைத்து விடுகிறார்கள்.

தீவிற்கு வாரம் ஒரு ரயில் விடுகிறார்கள். ஃபர்ஸ்ட் கிளாஸ் டிக்கெட் வாங்கினால் கூரைப் பிரயாணத்தைத் தவிர்க்கலாம்.

நாகப்பட்டினம் ஆடிட்டர் என் உறவினர் வரதராஜனுடன் வேளாங்கண்ணிக்குச் சென்றோம். 'அர்ச் ஆரோக்ய மாதா ஆலயத்திற்கு வழி' என்ற வளைவின் மூலம் சென்றால் சமுத்திரக் கரையில் இருக்கும் வேளாங்கண்ணி போப்பாண்டவரால் பாஸிலிக்கா ஸ்தானத்திற்கு உயர்த்தப் பெற்ற ஆலயம். ஒவ்வொரு கல்லும் நம்பிக்கையில் தோய்த்துக் கட்டப்பட்ட மாபெரும் கோயில். இந்தக் கத்தோலிக்க ஆலயத்தில் காது குத்த, முடி எடுக்க இடங்கள் இருக்கின்றன. பூஜைக்கு மலர் தருகிறார்கள். இந்து - கிறித்தவப் பண்பாட்டின் வசீகரக் கலவை. பதினைந்தாம் நூற்றாண்டில் போர்த்துகீசிய மாலுமிகளுக்கு வழி காட்டியதிலிருந்து ஸ்தாபிதமான மாதா மேரியின் கோவிலில் இன்று அந்த 'வானவர் போற்றும்' ராணியைத் தரிசிக்க செப்டெம்பர் மாதம் லட்சக்கணக்கில் வருவார்களாம். பிரான்ஸின் லூர்துக்கு ஒப்பான, நம் கைவிட்ட கேஸ்களுக்கு நம்பிக்கை ஆலயம். மியூசியம் நிறைய வெள்ளியிலும் தங்கத் திலும் செய்து போட்ட அங்கங்கள், வெள்ளிக்கை, தங்க முதுகு, மார்பு, மூக்கு, எத்தனை!

கண்ணாடிப் பெட்டி நிறைய, பிள்ளைகள் விழுங்கிய ஊக்குகளும், விசில்களும், பட்டன்களும், பைசாக்களும் இது என்ன தங்கப் பேனா? பேனாவைக்கூட விழுங்க முடியுமா? இவை அந்தோணி காரலெல்லோ டிபார்ட்மெண்ட்ஸ் பரீட்சை பண்ணியதற்காக!

இதேபோல் நாகூரிலும் அதிசயங்கள். தீராத வியாதிகள், நாகூர் ஆண்டவன் சக்தியால் ஏதாவது ஒரு பொருளாக மாறி நோயாளி யின் வயிற்றிலிருந்து புறப்பட்டுத் தொண்டைக்கு வந்து துப்பப் பட்டு விடுகின்றனவாம். துப்பியதும் ஆசாமிக்குச் சரியாகிவிடு கிறதாம். இங்கேயும் கடிதங்கள். கண்ணாடிப் பெட்டி நிறைய துப்பப்பட்ட பொருள்கள்.

'வேண்டிக் கொள்ளாமலே இருந்திருந்தால் அந்த ஊக்குகள் வெளிவந்திருக்காதா' போன்றவைகள் எல்லாம் சைத்தானின் கேள்விகள். இரண்டு இடங்களும் நம்பிக்கைக்கு இருக்கும் அதீத சக்தியை நிரூபிக்கின்றன. நவீன மருத்துவத்தில்கூட சைக்கோ சோமாட்டிக் ரீதியில் பல அம்சங்கள் இருக்கின்றனவே.

வேளாங்கண்ணியின் சுத்தமான கோயிலைப் பார்த்துவிட்டு சிதம்பரத்தைப் பார்த்த எனக்கு வருத்தம் ஏற்பட்டது. தில்லை

எல்லைமீறிச் சிதிலமாக இருக்கிறது. சரித்திரம் பேசும் கோபுரங்களும் வெளிப் பிரகாரங்களும் முள்மண்டி இருக்கின்றன. பொன் கூரை அருகில் இதைப் பற்றி கவலையேபடாமல் அர்ச்சகர்களும், குருக்களுமாகிய அந்தணர்கள் வந்தவர்களிடம் எல்லாம் பணம் பிடுங்கிக் கொண்டிருக்கிறார்கள். அர்ச்சனைக்கு சாமிக்கு ஐந்து ரூபாய், அம்மனுக்கு ஐந்து ரூபாய். சிதம்பர ரகசியத்துக்கு ஐந்தாம்! யாராவது ஏதாவது செய்யவில்லை என்றால் கோவிலே கீழே விழுந்துவிடும்.

சிதம்பரத்துக்குப் போகும் வழியில் ஒருநாள் ராத்திரி தஞ்சாவூர் ஜில்லாவில் ஒரு கிராமத்தில் தங்கினேன். திருவாலி திருநகரி, சீர்காழிக்குப் போவதற்கு முன் பூம்புகாரை நோக்கித் திரும்பி மண்பாதையில் சென்றால் வருகிறது. இந்த இடத்தின்மேல் எனக்கு இரண்டு வாஞ்சைகள் உண்டு. திருமங்கையாழ்வார் பிறந்த இடம், என் அம்மா பிறந்த இடம். இருவரும் எனக்குப் பிடித்தமானவர்கள். இருவரும் இப்போது இல்லை. திருநகரி மாதிரித் தஞ்சைக் கிராமம். அழகான கோயில். சன்னதித் தெரு. அனுமார் கோயில். உடனே வயல்புறம் திருவெண்காட்டுக்குச் செல்லும் பஸ் எப்பவாவது நிற்கும் பஸ் ஸ்டாண்டு... தமிழ் நாட்டில் பல கோயில்களில் கிடைக்காத அமைதியையும் தெய்வீகத்தையும் இந்தச் சிறிய கோயிலில் பார்த்தேன்.

திருமங்கையாழ்வார் முழுக்க வாழ்ந்தவர். இளமையில் பாவங்கள் செய்துவிட்டு, அமுதவல்லி பின்னால் அலைந்து, கொள்ளையடித்து, திருந்தி, பக்தி மார்க்கத்தில் புகுந்து ஏழையானார். வைணவப் பரிபாஷையில் 'நீலன் என்று பெயர் பெற்று இளமையில் மாரனார் வெஞ்சிலைக் காட்செய்து தெரிவைமார் உருவமே மருவி மிகவும் விஷயப்ரணவராயிருந்து சோழ மன்னனைச் சேவித்து ஒரு சிற்றரசனும் சேனாபதியுமாகி வாழ்ந்தனர்.'

'கொன்றேன் பல்லுயிரைக் குறிக்கோள் ஒன்றிலாமையால் என்றேனும் இரந்தார்க்கு இனிதாக உரைத்தறியேன்'

என்று செய்த பாவங்களுக்கு உருகின கொள்ளைக்காரர். இவர் காதில் திருமந்திரத்தை ஓதினாராம் கடவுள்.

'...பெற்ற தாயினும் ஆயின செய்யும் நலந்தரும் சொல்லை நான் கண்டு கொண்டேன் நாராயணா என்னும் நாமமே' என்று ஆனந்த

வெள்ளத்தில் பாடிய கலியன் என்ஃபேவரைட் ஆழ்வார் பெரிய ஆசாமி.

தமிழ்நாட்டில் சில இடங்களைச் சொன்னேன். பல இடங்களை, பல விஷயங்களைச் சொல்லவில்லை. இரண்டாயிரம் மைலுக்கு அதிகம் தொந்தரவு கொடுக்காமல் ஒருவழியாக வீட்டுக்குக் கொண்டுவந்து சேர்த்து விட்டது என் கார். வந்து சேர்ந்ததும் ஸ்டியரிங் அருகே அதன் கழுத்தில் தடவிக் கொடுத்து 'ஹோவ்! ஹோவ்' என்று சொல்லுகிற அளவுக்கு அன்னியோன்யமாகி விட்டது கார்.

பிள்ளையாருக்கு ஒரு தேங்காய் உடைத்துவிட வேண்டும்.

14. உடல் கவிதை

சர்வதேச குழந்தைகள் வருடம்

கோயிலுக்குப் பக்கத்தில் கார் துடைக்கக் காத்திருப்பாய்
கூட்டமுள்ள ஹோட்டல்களில் சாப்டவுடன் ப்ளேட்டெடுப்பாய்
பாயின்றிப் படுத்திருப்பாய், பிளாட்பாரத்தில் குளிப்பாய்
பட்டரையில் வெட்டிரும்பால் பகல் இரவாய்த் தட்டிடுவாய்
சாயங்காலச் சமுத்திரத்தின் அருகில் சுண்டல் விற்பாய்
சந்துகளில் இருட்டில் பெண்களுக்காய் ஆள் பிடிப்பாய்
காஜா அடிப்பாய் கட்டடத்தில் கல்லுடைப்பாய்
கார் அடியில் படுத்திருந்து கருப்பாய் எழுந்திருப்பாய்
மேஜை துடைப்பாய், 'மேட்னி'யில் இடிபடுவாய்
பொதுவாக என்னிடத்தில் கருப்பிலே சீட்டு விற்பாய்
கூஜா எடுத்துப் போய் 'குடிதண்ணீர்' கொணர்வாய்
கூட்டத்தில் கரைந்து பாக்கெட்டைக் கத்தரிப்பாய்
ராஜாவே உனக்கென்றே நாங்கள் இவ்வருஷம்
ராஜ்ஜியம் முழுவதுமே விழா வெடுக்கப் போகின்றோம்
திரைப்படங்கள் எடுப்போம் தின்பண்டம் தந்திடுவோம்
தீவிரமாய் உன் நிலைமை உயர்த்துவது பற்றி
வரைபடங்கள் வரைந்து வாதாடிப் புகைபிடித்து
வருங்காலக் கனவுகளை வண்ணங்களாய்த் தருவோம்

குறைபட்டுக் கொள்ளாதே கொஞ்ச நாள் பொறுத்திரு
கூட்டங்கள் கூட்டி குளிர் சாதன அறைக்குள்
சிறைப்பட்டுச் சிந்தித்து சீக்கிரமே முடிவெடுப்போம்
சில்லறையாய் இல்லை போய்விட்டு அப்புறம் வா

சுஜாதா